매 일 베 트 남 어 습 관 이 기 적 !

KB091583

하루 1 줄
베트남어
쓰·기·수·첩

☑ 고급문장 100

" 외국어는
매일의 습관입니다. "

매 일 베 트 남 어 습 관 의 기 적 !

나의 하루 1줄 베트남어 쓰·기·수·첩

☑ 고급문장 100

매일 한 줄 쓰기의 힘

여러분,
한꺼번에 수십 개의 단어와 문장을 외웠다가
나중에 몽땅 까먹고 다시 공부하는
악순환을 반복하고 싶으신가요?

아니면 하루 1문장씩이라도
확실히 익히고, 직접 반복해서 써보며
온전한 내 것으로 만들어
까먹지 않고 제대로 써먹고 싶으신가요?

베트남어 '공부'가 아닌
베트남어 '습관'을 들이세요.

많은 사람들이 외국어를 공부할 때, 자신이 마치 내용을 한 번 입력하기만 하면
죽을 때까지 그걸 기억할 수 있는 기계인 것마냥 문법 지식과 단어를
머릿속에 최대한 많이 넣으려고 하는 경향이 있습니다.
하지만 이 공부법의 문제는? 바로 우리는 기계가 아닌 '인간'이기 때문에
한꺼번에 많은 내용을 머릿속에 우겨 넣어 봐야 그때 그 순간만 기억할 뿐
시간이 지나면 거의 다 '까먹는다는 것'입니다.

'한꺼번에 많이'보다
'매일매일 꾸준히' 하세요.

까먹지 않고 내 머릿속에 오래도록 각인을 시키려면,
우리의 뇌가 소화할 수 있는 만큼만 공부해 이를 최대한 '반복'해야 합니다.
한 번에 여러 문장을 외웠다 며칠 지나 다 까먹는 악순환을 벗어나,
한 번에 한 문장씩 여러 번 반복하고 직접 써보는 노력을 통해
베트남어를 진짜 내 것으로 만드는 것이 제대로 된 방법입니다.

어느새 베트남어는
'나의 일부'가 되어있을 겁니다.

자, 이제 과도한 욕심으로 작심삼일로 끝나는 외국어 공부 패턴을 벗어나,
진짜 제대로 된 방법으로 베트남어를 공부해 보는 건 어떨까요?

쓰기 수첩 활용법

Không ai thông minh bằng anh ấy.

그 사람만큼 똑똑한 사람은 없어요.

① không ai = 누구도 ~하지 않다 / bằng = ~만큼 (의존 명사로 쓰일 때 의미)

Không ai+형용사+bằng+A(비교 대상). = 누구도 A만큼 ~하지 않다.

→ 위의 표현은 결국 'A만큼 ~한 사람은 없다'라고 해석 가능합니다('A가 가장 ~하다'라는 최상급 표현과 같은 의미).

② thông minh = 똑똑한, 영리한

Không ai thông minh bằng anh ấy. = 그 사람만큼 똑똑한 사람은 없어요.

MP3 듣고 따라 말하며 세 번씩 써보기　　　　　　　🎧 mp3 013

①

②

③

응용해서 써본 후 MP3 듣고 따라 말하기　　　　　　🎧 mp3 014

① 그 여자 선생님만큼 착한 사람은 없어요. [친절한, 착한 = tốt bụng]

→

② 그 사람만큼 부자인 사람은 없어요. [부자인 = giàu]

→

① Không ai tốt bụng bằng cô giáo ấy.

② Không ai giàu bằng anh ấy.

1 하루 1문장씩
제대로 머릿속에 각인시키기

베트남어 핵심 어법이 녹아 있는 문장을 하루 1개씩, 총 100개 문장을 차근 차근 익혀 나가도록 합니다. 각 문장 1개를 통해 일상생활 필수 표현 및 핵 심 문형 1개 & 새로운 어휘 2~3개를 함께 익힐 수 있습니다.

2 그날그날 배운
문장 1개 반복해서 써보기

그날그날 배운 문장 1개를 수첩에 반복해서 써 보도록 합니다. 문장을 다 써본 후엔 원어민이 직접 문장을 읽고 녹음한 MP3 파일을 듣고 따 라 말하며 발음까지 확실히 내 것으로 만들도 록 합니다.

3 배운 문장을 활용해
새로운 문장 응용해서 써보기

그날그날 배우고 써봤던 베트남어 문형에 다른 어휘들을 집어 넣어 '응용 문장 2개' 정도를 더 써보도록 합니다. 이렇게 함으로써 그날 배운 베트 남어 문형은 완벽한 내 것이 될 수 있습니다.

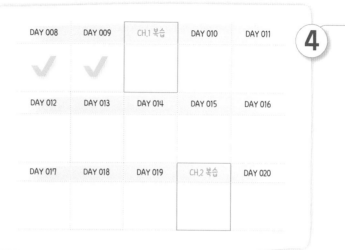

DAY 008	DAY 009	CH.1 복습	DAY 010	DAY 011
✓	✓			

DAY 012	DAY 013	DAY 014	DAY 015	DAY 016

DAY 017	DAY 018	DAY 019	CH.2 복습	DAY 020

4

5

기초문장 100   중급문장 100   고급문장 100

본 교재는 '고급문장 100'에 해당합니다.

4 매일매일 쓰기를 확실히 끝냈는지 스스로 체크하기

외국어 공부가 작심삼일이 되는 이유 중 하나는 바로 스스로를 엄격히 체크하지 않아서입니다. 매일 쓰기 훈련을 끝마친 후엔 일지에 학습 완료 체크 표시를 하며 쓰기 습관이 느슨해지지 않도록 합니다.

5 '기초-중급-고급'의 체계적인 단계별 쓰기 훈련

나의 하루 1줄 베트남어 쓰기 수첩은 '기초-중급-고급'으로 구성되어 있어 수준을 단계적으로 높여 가며 베트남를 마스터할 수 있습니다.

기초문장 100	기본 어순 마스터 및 초급 레벨의 어법이 녹아 있는 문장 100개를 익히고 작문하기
중급문장 100	다양한 시제 및 중급 레벨의 핵심 어법이 녹아 있는 문장 100개를 익히고 작문하기
고급문장 100	기초 및 중급을 기반으로 좀 더 길고 풍성한 문장 100개를 익히고 작문하기

쓰기 수첩 목차

나의 쓰기 체크일지

본격적인 '나의 하루 1줄 베트남어 쓰기' 학습을 시작하기에 앞서, 수첩을 활용하여 공부를 진행하는 방법 및 '나의 쓰기 체크 일지' 활용 방법을 안내해 드리도록 하겠습니다. 꼭! 읽고 학습을 진행하시기 바랍니다.

✓ 공부 방법

① 'DAY 1'마다 핵심 베트남어 문형 및 문장·1개를 학습합니다.

② 배운 문장 1개를 MP3를 듣고 따라 말하며 5번씩 써봅니다.

③ 배운 문장 구조를 응용하여 다른 문장 두 개를 작문해 본 다음 MP3를 듣고 따라 말해 봅니다.

④ 또한 챕터 하나가 끝날 때마다 작문 테스트를 치러 보며 자신의 베트남어 실력을 점검해 봅니다.

⑤ 이 같이 학습을 진행해 나가면서, '나의 쓰기 체크 일지'에 학습을 제대로 완료했는지 체크(V) 표시를 하도록 합니다.

		Warm Up	DAY 001	DAY 002
▶▶▶ START				
DAY 003	DAY 004	DAY 005	DAY 006	DAY 007

DAY 008	DAY 009	CH.1 복습	DAY 010	DAY 011
DAY 012	DAY 013	DAY 014	DAY 015	DAY 016
DAY 017	DAY 018	DAY 019	CH.2 복습	DAY 020
DAY 021	DAY 022	DAY 023	DAY 024	DAY 025
DAY 026	DAY 027	DAY 028	DAY 029	CH.3 복습
DAY 030	DAY 031	DAY 032	DAY 033	DAY 034
DAY 035	DAY 036	DAY 037	DAY 038	DAY 039

CH.4 복습	DAY 040	DAY 041	DAY 042	DAY 043
DAY 044	CH.5 복습	DAY 045	DAY 046	DAY 047
DAY 048	DAY 049	DAY 050	DAY 051	DAY 052
CH.6 복습	DAY 053	DAY 054	DAY 055	DAY 056
DAY 057	DAY 058	DAY 059	DAY 060	DAY 061
DAY 062	CH.7 복습	DAY 063	DAY 064	DAY 065
DAY 066	DAY 067	DAY 068	CH.8 복습	DAY 069

DAY 070	DAY 071	DAY 072	DAY 073	CH.9 복습
DAY 074	DAY 075	DAY 076	DAY 077	DAY 078
DAY 079	DAY 080	DAY 081	CH.10 복습	DAY 082
DAY 083	DAY 084	DAY 085	DAY 086	DAY 087
DAY 088	DAY 089	DAY 090	DAY 091	CH.11 복습
DAY 092	DAY 093	DAY 094	DAY 095	DAY 096
DAY 097	DAY 098	DAY 099	DAY 100	CH.12 복습

나의 다짐

다짐합니다.

나는 "나의 하루 한 줄 베트남어 쓰기 수첩"을

언제 어디서나 휴대하고 다니며

하루 한 문장씩 꾸준히 포기하지 않고

열심히 쓸 것을 다짐합니다.

만약 하루에 한 문장씩 쓰기로 다짐한

이 간단한 약속조차 지키지 못해

다시금 작심삼일이 될 경우,

이는 내 자신의 의지가 이 작은 것도 못 해내는

부끄러운 사람이란 것을 입증하는 것임을 알고,

따라서 내 스스로에게 부끄럽지 않도록

이 쓰기 수첩을 끝까지 쓸 것을

내 자신에게 굳건히 다짐합니다.

년   월   일

이름:

WARM
UP

고급문장 100을 공부하기 전 중급문장을
제대로 알고 있는지 가볍게 확인해 봅시다.

① 평소 하는 일의 '빈도수 · 때' 말하기

② '상태'를 강조해서 묘사하기

③ '상황'을 구체적으로 묘사하기

④ '더 ~하다'라고 비교하며 묘사하기

⑤ 동급 비교 & 최상급으로 묘사하기

⑥ 나의 추측 · 생각 · 의견 말하기

⑦ 상대방의 상태 · 신상에 대해 묻기

⑧ 부탁 및 돕기 & 허락 구하기

⑨ 권유 및 제안 & 상대의 의중 묻기

⑩ '의문사'가 들어간 질문하기

⑪ 과거에 있었던 일 말하기

⑫ 과거에 대한 질문 및 경험 말하기

1. 평소 하는 일의 '빈도수·때' 말하기

001 hay = 자주, 종종

Tôi hay đi nhà sách.

저는 자주 서점에 가요.

002 thỉnh thoảng = 때때로

Tôi thỉnh thoảng đi dạo với gia đình.

저는 때때로 가족과 산책을 해요.

003 luôn luôn = 언제나, 항상

Tôi luôn luôn thức dậy lúc 7 giờ sáng.

저는 항상 아침 7시에 일어나요.

004 thường = 보통

Cuối tuần tôi thường đi quán cà phê.

주말에 저는 보통 카페에 가요.

005 vào mỗi 요일 = ~요일마다

Tôi đi nhà thờ vào mỗi chủ nhật.

저는 일요일마다 교회에 가요.

006 숫자 buổi một tuần = 일주일에 ~번

Tôi học tiếng Việt ba buổi một tuần.

저는 일주일에 세 번 베트남어를 공부해요.

007 ít khi = 거의 안 (~하다)

Tôi ít khi uống rượu.

저는 술을 거의 안 마셔요.

008 trước khi = ~ 전에

Trước khi ăn cơm, tôi rửa tay.

밥 먹기 전에 저는 손을 씻어요.

009 sau khi = ~ 후에

Sau khi tan sở, tôi sẽ về nhà.

퇴근한 후 저는 집에 갈 거예요.

010 sau đó = 그러고(~(하)고) 나서

Tôi uống cà phê với bạn sau đó đi về nhà.

저는 친구와 커피를 마시고 나서 집에 갈 거예요.

2. '상태'를 강조해서 묘사하기

011 주어+형용사+quá. = **주어는 매우·몹시 ~해요.**

Tôi đói bụng quá. 저는 매우 배고파요.

012 주어+thấy đau+아픈 부위+quá. = **주어는 ~가 너무 아파요.**

Tôi thấy đau bụng quá. 저는 배가 매우 아파요.

013 주어+동사+quá+형용사. = **주어는 ~하기를 너무 ~해요.**

Anh ấy nói tiếng Việt quá giỏi. 그는 베트남어 말하기를 너무 잘해요.

014 주어+rất+형용사. = **주어는 매우·아주 ~해요.**

Phố này rất bẩn. 이 거리는 매우 더러워요.

015 Tôi thấy rất là 형용사. = **내가 너무 ~하다고 느낀다.**

Tôi thấy rất là bực mình. 저 너무 화나는 느낌이에요.

016 주어+cực kỳ+형용사. = **주어는 몹시·극히·엄청 ~해요.**

Cô ấy cực kỳ đẹp. 그녀는 엄청 예뻐요.

017 주어+hơi+형용사. = **주어는 다소 ~해요.**

Dạo này tôi hơi bận. 요즘 저는 다소 바빠요.

018 주어+không+형용사+lắm. = **주어는 그다지 ~하지 않아요.**

Anh trai tôi không lịch sự lắm. 우리 오빠는 그다지 예의 있지 않아요.

019 감정·느낌+chết đi được = **(지금) ~해서 죽겠다**

Giận chết đi được. (지금) 짜증나 죽겠어요.

020 감정·느낌+chết mất = **(나중에) ~해서 죽을 것이다**

Nóng chết mất. (나중에) 더워서 죽을 거예요.

3. '상황'을 구체적으로 묘사하기

021   chưa+동사 = **아직 ~하지 않았다 · 못했다**

Tôi chưa kết hôn.   저는 아직 결혼하지 않았어요.

022   주어+chưa có+명사. = **주어는 아직 ~을 가지지 못했어요.**

Tôi chưa có người yêu.   저는 아직 애인이 없어요.

023   vẫn còn+동사 · 형용사 = **아직(도) · 여전히 ~하다**

Anh ấy vẫn còn ở Hà Nội.   그는 여전히 하노이에 있어요.

024   chỉ+동사+thôi = **단지 ~할 뿐이다**

Tôi chỉ có một anh trai thôi.   저는 단지 오빠만 있을 뿐이에요.

025   sẽ+동사+lại = **다시 ~할 거다**

Tôi sẽ ngủ lại.   저는 다시 잘 거예요.

026   bị+(불유쾌한) 동사 · 형용사 = **~(안 좋은 상태에 처)하게 되다**

Tôi bị ho.   저 기침하게 되었어요(기침이 나요).

027   suýt+동사 = **~할 뻔하다**

Tôi suýt bị ngã.   저 거의 넘어질 뻔했어요.

4. '더 ~하다'라고 비교하며 묘사하기

028   형용사 · 동사+hơn+A = **A보다 (더) ~하다**

Hôm nay lạnh hơn hôm qua.   오늘은 어제보다 더 추워요.

029   to+hơn+A = **A보다 (덩치가) 크다**

Em trai to hơn anh trai.   동생이 형보다 덩치가 커요.

030 nhiều/ít+hơn+A+숫자 tuổi = A보다 ~살 많다/적다

Anh ấy nhiều hơn tôi 3 tuổi.　　그는 저보다 세 살 많아요.

Anh ấy ít hơn tôi 3 tuổi.　　그는 저보다 세 살 적어요.

031 không+형용사·동사+hơn+A = A보다 ~하지 않다

Hôm nay không lạnh hơn hôm qua.　오늘은 어제보다 춥지 않아요.

032 dần dần+형용사·동사+hơn = 점점 더 ~하다

Thời tiết dần dần nóng hơn.　　날씨가 점점 더 더워져요.

033 càng A càng B = A할수록 (더) B하다

Việt Nam càng ngày càng phát triển.　베트남은 날이 갈수록 발전해요.

---

5. 동급 비교 & 최상급으로 묘사하기

---

034 형용사·동사+bằng+A = A만큼 ~하다

Anh ấy đẹp trai bằng anh.　　그는 당신만큼 잘생겼어요.

035 형용사·동사+giống như+A = A처럼 ~하다

Anh ấy hát hay giống như ca sĩ.　　그는 가수처럼 노래를 잘 불러요.

036 giống như+A = A 같다

Điện thoại này giống như cái mới.　이 휴대폰은 새것 같아요.

037 khác+với+A = A와 다르게

Nội dung của quyển sách này rất hay, khác với quyển sách kia.　이 책의 내용은 저 책과 다르게 아주 좋아요.

038 형용사·동사+nhất = 가장 ~하다

Cô ấy đẹp nhất.　　그녀가 가장 예뻐요.

039 형용사·동사+nhất+trong A = A에서 가장 ~하다

Mai học tiếng Việt chăm chỉ nhất 마이가 이 반에서 베트남어 공부를
trong lớp này.   가장 열심히 해요.

6. 나의 추측·생각·의견 말하기

040 Chắc là+문장. = (확신성 높음) ~인 것 같다.

Chắc là anh ấy yêu chị ấy.   그는 그녀를 사랑하는 것 같아요.

041 Có lẽ+문장. = (확신성 다소 낮음) ~인 것 같다.

Có lẽ anh ấy sai.   그가 틀린 것 같아요.

042 Hình như+문장. = (확신성 많이 낮음) ~인 것 같다.

Hình như chị ấy mới đi ra ngoài. 그녀는 방금 나간 것 같아요.

043 Dường như+문장+thì phải. = ~인 것 같다.

Dường như nó không hiểu thì phải. 그는 이해하지 못한 것 같아요.

044 Tôi thấy+문장. = 내 느낌에/보기에 ~이다.

Tôi thấy chị ấy rất giận.   제 느낌에 그녀는 굉장히 화났어요.

045 Theo tôi+문장. = 내 생각에 ~이다.

Theo tôi việc này là không quan trọng. 제 생각에 이 일은 중요치 않아요.

046 Tôi nghĩ là+문장. = 내 생각에 ~이다.

Tôi nghĩ là anh ấy nói đúng.   제 생각에 그의 말이 맞아요.

047 Tôi biết là+문장. = 내가 알기로는 ~이다.

Tôi biết là anh ấy muốn về nước. 제가 알기로는 그는 귀국하고 싶어
                                 해요.

048	Tôi tưởng+문장. = 나는 ~라고 생각한다.	
	Tôi tưởng anh ấy là giám đốc.	저는 그가 사장님이라고 생각했어요.
049	Ý tôi là+명사. = 내 생각은 ~이다.	
	Ý tôi là không phải như vậy.	제 의견은 그게 아니에요.
050	Tôi định+동사. = 나는 ~하기로 결정했다.	
	Tôi định chia tay với người yêu.	저는 애인과 헤어지기로 결정했어요.

7. 상대방의 상태 · 신상에 대해 묻기

051	주어+có+명사+không? = 주어는 ~이 · 가 있나요?	
	Anh có thời gian không?	(당신) 시간 있으세요?
052	주어+có+명사+chưa? = 주어는 ~이 · 가 있나요?	
	(주로 애인이나 아내 · 남편, 자녀의 유무를 물을 때 사용)	
	Anh có người yêu chưa?	(당신) 애인 있어요?
053	주어+có+형용사+không? = 주어는 (상태가) ~한가요?	
	Anh có khỏe không?	(당신) 잘 지내세요?
054	주어+là+명사+phải không? = 주어는 ~이 맞나요?	
	Anh là người Hàn Quốc phải không?	(당신) 한국 사람이 맞나요?
055	주어+có thể+동사+được không? = 주어는 ~할 수 있나요?	
	Anh có thể nói tiếng Việt được không?	(당신) 베트남어 할 줄 아시나요?
056	문장+đúng không? = ~이에요, 맞죠(그렇죠)?	
	Anh không ăn được món ăn cay đúng không?	(당신) 매운 음식 못 먹죠, 그렇죠?

---

057 cho+A(명사)+B(명사) = A에게 B를 주다

Cho tôi thực đơn. 저에게 메뉴를 주세요.

058 Cho+A(명사)+thêm+B(명사)+nữa. = A에게 B를 더 주다.

Cho tôi thêm một bát/chén cơm nữa. (저에게) 밥 한 그릇 더 주세요.

059 cho+A(명사)+동사 = A가 ~하게 해 주다

Cho tôi xem thực đơn. 제게 메뉴 좀 보여 주세요.

060 cho A(명사) mượn B(명사) = A가 B를 빌리게 해 주다

Cho tôi mượn 10(mười) đô la. 저에게 10달러를 빌려주세요.

061 sẽ+동사+cho= ~해 주겠다

Tôi sẽ giải thích cho. 제가 설명해 줄게요.

062 có thể+동사+được = ~할 수 있다

Tôi có thể hút thuốc ở đây được không ạ? 여기에서 담배를 피워도 될까요?

063   주어+동사+thử không? = 주어는 ~하는 걸 해 볼래요?

Anh ăn thử không?   한번 먹어 볼래요

064   문장+thì thế nào nhỉ? = ~(은) 어때요?

Chúng ta đi đảo Jeju thì thế nào nhỉ?   우리 제주도 가는 거 어때요?

065   문장+nhé. = ~ 하자.

Chúng ta đi nhậu nhé.   우리 한잔하러 가자.

066   Hãy+동사. = ~해 보세요.

Hãy giới thiệu về bản thân.   자신에 대해 소개해 보세요.

067   Mời+동사. = ~하세요.

Mời lên xe.   차에 타세요.

068   Chúc+기원하는 것. = ~이길 바라요·기원해요.

Chúc một ngày vui vẻ.   좋은 하루이길 바라요. (좋은 하루

되세요.)

069   제안1+hay là+제안2? = ~(제안1)하실래요, 아니면 ~(제안2)하실래요?

Anh uống cà phê đen đá hay là uống   아이스 블랙커피 마실래요, 아니면

cà phê sữa đá?   아이스 카페라떼 마실래요?

070 ai = 누가; 누구(를)

Đây là ai? 이분은 누구인가요?

071 khi nào = 언제

Khi nào anh sẽ đi công tác? 당신은 언제 출장을 가나요?

072 đâu = 어디(로)

Anh đi đâu? 어디 가세요?

073 ở đâu = 어디에(서)

Anh đi đâu? 어디 가세요?

074 gì = 무엇(을)

Anh sẽ ăn gì? 당신은 무엇을 먹을 거예요?

075 tại sao = 왜

Tại sao anh học tiếng Việt? 당신은 왜 베트남어를 공부해요?

076 thế nào = 어떻게; 어떻습니까

Thời tiết hôm nay thế nào? 오늘 날씨는 어때요?

077 như thế nào = 어떻게

Em thấy kiểu điện thoại này như thế 네가 보기에 이 휴대폰 디자인 어때?
nào?

078 명사+nào = 어느·어떤 ~

Anh là người nước nào? 당신은 어느 나라 사람인가요?

079 mấy = 얼마; 몇 (10 미만의 수량)

Trong lớp, có mấy học sinh? 교실에 몇 명의 학생이 있나요?

26

080	mấy = 얼마; 몇 ('시간과 나이'를 물을 때에도 사용)	
	Bây giờ là mấy giờ?	지금 몇 시예요?
	Con/Cháu mấy tuổi?	넌 몇 살이니?
081	bao nhiêu = 얼마나; 얼마에 (10 이상의 수량)	
	Anh bao nhiêu tuổi?	당신은 몇 살인가요?

11. 과거에 있었던 일 말하기

082	đã+동사...rồi = ~했다	
	Tôi đã ăn cơm rồi.	저는 밥을 먹었어요.
083	bị+(불유쾌한 의미의) 동사 · 형용사 = ~하게 되다	
	Điện thoại của tôi đã bị hỏng rồi.	제 전화기는 고장 났어요.
084	(đã)+동사...rồi = ~했다	
	Chị ấy lấy chồng rồi.	그녀는 시집갔어요.
085	đã+동사...(rồi) = ~했다	
	Hôm qua tôi đã ngủ ngon.	저는 어제 잘 잤어요.
086	cho+사람 = ~에게	
	Tôi đã gọi điện thoại cho anh ấy rồi.	저는 그에게 전화를 걸었어요.
087	tặng quà cho+사람 = ~에게 선물을 주다 · 선물하다	
	Tôi đã tặng quà cho em trai.	저는 남동생에게 선물을 줬어요.
088	cho A(명사) mượn B(명사) = A에게 B를 빌려주다	
	Tôi đã cho anh ấy mượn 10 đô la.	저는 그에게 10달러를 빌려줬어요.

089 đã+không+동사 = 안 ~했다

Tôi đã không uống rượu.   저는 술을 안 마셨어요.

090 mới+동사...rồi = 방금 ~했다

Tôi mới về đến nhà rồi.   저는 방금 집에 도착했어요.

12. 과거에 대한 질문 및 경험 말하기

091 주어+đã 동사 chưa? = 주어가 ~했나요?

Anh đã ăn cơm chưa?   당신 밥은 먹었어요?

092 과거문+bao giờ? = 언제 ~했나요?

Anh đã về nhà bao giờ?   당신 언제 집에 왔어요?

093 주어+đã 동사 bao giờ chưa? = 주어가 ~해 본 적이 있나요?

Anh đã ăn món ăn này bao giờ chưa?   당신은 이 음식을 먹어 본 적이 있나요?

094 đã từng 동사 rồi = ~한 적이 있다

Trước đây chúng ta đã từng gặp   이전에 우리 서로 만난 적 있는 거
nhau rồi phải không?   맞지요?

095 chưa bao giờ 동사 = (아직) ~해 본 적이 없다

Tôi chưa bao giờ lái xe.   저는 운전해 본 적이 없어요.

096 không bao giờ 동사 = (결코) ~해 본 적이 없다

Tôi không bao giờ hút thuốc.   저는 담배를 피워 본 적이 없어요.

097 đã 동사+숫자 lần rồi = ~번 ~해 봤다

Tôi đã ăn món ăn này một lần rồi.   저는 이 음식을 한 번 먹어 봤어요.

098 문장+được bao lâu rồi? = ~한 지 얼마나 됐나요?

Anh sống ở Thành Phố Seoul được 당신은 서울시에서 산 지 얼마나
bao lâu rồi?   됐나요?

099 được 숫자 tháng = ~한 지 ~개월

Tôi đến Việt Nam được 6 tháng rồi ạ. 저는 베트남에 온 지 6개월 됐어요.

100 được 숫자 năm = ~한 지 ~년

Tôi làm quen với cô ấy được 1 năm 저는 그녀와 알고 지낸 지 1년 되었
rồi ạ.   어요.

MEMO 잘 기억나지 않은 부분은 아래에 메모하며 다시금 되새겨 봅시다.

CHAPTER 01

예시 들기,
비교·대조하여 말하기

Tôi thích món ăn Việt Nam

chẳng hạn như bún chả, bánh xèo.

저는 베트남 음식을 좋아해요, 예를 들어 **분짜, 반쎄오** 같은 거요**.**

① chẳng hạn = 예를 들어·예컨대 / như = ~처럼, ~같이

chẳng hạn như+A, B(예시 대상) = 예를 들어·예컨대 A, B (같은)

→ 동일한 뜻의 표현으로는 ví dụ như가 있습니다.

② thích = 좋아하다 / món ăn = 음식 / bún chả = 분짜 / bánh xèo = 반쎄오

Tôi thích món ăn Việt Nam chẳng hạn như bún chả, bánh xèo.

= 저는 베트남 음식을 좋아해요, 예를 들어 분짜, 반쎄오 같은 거요.

MP3 듣고 따라 말하며 세 번씩 써보기	🎧 mp3 001

①

②

③

응용해서 써본 후 MP3 듣고 따라 말하기	🎧 mp3 002

① 저는 SNS를 사용해요, 예를 들어 인스타그램, 페이스북 같은 거요. [사용하다 = sử dụng]

　　→

② 저는 진한 색으로 매니큐어를 바르고 싶어요, 예를 들어 빨간색, 검은색 같은 거요.

　　→

① Tôi sử dụng mạng xã hội chẳng hạn như instgram, facebook.

② Tôi muốn sơn móng tay màu đậm chẳng hạn như màu đỏ, màu đen.

Tôi muốn đi du lịch ở Đông Nam Á
như Việt Nam, Lào chẳng hạn.
저는 예컨대 베트남, 라오스 같은 동남아에 여행 가고 싶어요.

① 앞서 chẳng hạn như를 사용해 구체적인 예시를 들어 설명하는 것을 배웠는데요. 현지인들은 아래와 같이 어순을 달리하여 표현하는 경우가 많습니다.

→ A(대상)+như+B, C(예시 대상)+chẳng hạn = (예를 들어 · 예컨대) B, C 같은 A

② đi du lịch ở = ~에 여행 가다 / Đông Nam Á = 동남아 / Lào = 라오스

Tôi muốn đi du lịch ở Đông Nam Á như Việt Nam, Lào chẳng hạn.

= 저는 예컨대 베트남, 라오스 같은 동남아에 여행 가고 싶어요.

MP3 듣고 따라 말하며 세 번씩 써보기　　　🎧 mp3 003

①

②

③

응용해서 써본 후 MP3 듣고 따라 말하기　　　🎧 mp3 004

① 오늘 저는 옷, 화장품 같은 것을 사고 싶어요. [옷 = quần áo, 화장품 = mỹ phẩm]

→

② 저는 이탈리아, 영국과 같은 유럽에 여행 가고 싶어요. [유럽 = Châu Âu, 이탈리아 = Ý]

→

---

① Hôm nay tôi muốn mua gì đó như quần áo, mỹ phẩm chẳng hạn.

② Tôi muốn đi du lịch ở Châu Âu như Ý, Anh chẳng hạn.

> # Trong tiếng Việt có nhiều yếu tố quan trọng
>
> # như phát âm, ngữ pháp vân vân.
>
> ## 베트남어에는 발음, 문법 등과 같은 중요한 요소가 많아요.

① vân vân = 등등 (보통 약자인 'v.v'로 많이 씀)

　→ 두 개 이상의 대상을 열거한 다음에 쓰여 같은 종류의 것이 더 있음을 나타냅니다.

② A(대상)+như+B, C(예시 대상) vân vân = B, C 등과 같은 A

　yếu tố quan trọng = 중요한 요소 / phát âm = 발음 / ngữ pháp = 문법

　Trong tiếng Việt có nhiều yếu tố quan trọng như phát âm, ngữ pháp

　vân vân. = 베트남어에는 발음, 문법 등과 같은 중요한 요소가 많아요.

MP3 듣고 따라 말하며 세 번씩 써보기　　　　　　　　　　　　　🎧 mp3 005

①

②

③

응용해서 써본 후 MP3 듣고 따라 말하기　　　　　　　　　　　　🎧 mp3 006

① 저는 베트남이 매우 그리워요. 예를 들어 음식, 풍경 등이요. [풍경 = phong cảnh]

　→

② 그는 이름, 나이, 주소, 직업 등에 대해 물었어요. [묻다 = hỏi, 직업 = nghề nghiệp]

　→

> ① Tôi nhớ Việt Nam lắm. Ví dụ như món ăn, phong cảnh vân vân.
>
> ② Anh ấy hỏi về tên, tuổi, địa chỉ, nghề nghiệp vân vân.

Dạo này tôi bận đến nỗi

không còn thì giờ đi vệ sinh.

요즘 저는 화장실 갈 시간이 없을 정도로 바빠요.

① A(동사·형용사)+đến nỗi+B(동사·형용사) = B할 정도로·만큼 A하다

→ A(심각한 상황)를 강조하기 위해 B(구체적 상황)를 예로 들어서 말하는 표현입니다.

② không còn = 없다(남지 않다) / thì giờ = 시간 / đi vệ sinh = 화장실에 가다

Dạo này tôi bận đến nỗi B. = 요즘 저는 B할 정도로 바빠요.

Dạo này tôi bận đến nỗi không còn thì giờ đi vệ sinh.

= 요즘 저는 화장실 갈 시간이 없을 정도로 바빠요.

MP3 듣고 따라 말하며 세 번씩 써보기	🎧 mp3 007

①

②

③

응용해서 써본 후 MP3 듣고 따라 말하기	🎧 mp3 008

① 걔는 학교에 가지 못할 정도로 아파요. [아프다 = bị đau]

→

② 그는 아무것도 먹을 수 없을 만큼 병들어 있어요. [병에 걸리다 = bị bệnh]

→

① Em ấy bị đau đến nỗi không đi học.

② Anh ấy bị bệnh đến nỗi không ăn gì cả.

Học tiếng Việt thú vị hơn so với học tiếng Anh.

베트남어 공부는 영어 공부에 비해 재미있어요.

① hơn = 보다 (더) / so(비교하다)+với(~와) = ~와 비교하여, ~에 비해

주어+형용사+hơn so với+A(비교 대상). = 주어는 A에 비해 (보다) ~해요.

→ 주어의 수준·상태를 비교 대상과 견주어 말할 때 쓸 수 있는 표현입니다.

② học tiếng Việt/Anh = 베트남어/영어 공부(하는 것) / thú vị = 재미있는, 흥미로운

Học tiếng Việt thú vị hơn so với học tiếng Anh.

= 베트남어 공부는 영어 공부에 비해 (보다) 재미있어요.

MP3 듣고 따라 말하며 세 번씩 써보기　　　　　　　　　　🎧 mp3 009

①

②

③

응용해서 써본 후 MP3 듣고 따라 말하기　　　　　　　　　　🎧 mp3 010

① 그는 나이에 비해 똑똑해요. [똑똑한 = thông minh, 나이 = tuổi]

　　→

② 지난달에 비해 이번달 매출 실적이 더 좋아요. [매출 = doanh số bán ra]

　　→

---

① Anh ấy thông minh hơn so với tuổi.

② Doanh số bán ra của tháng này tốt hơn so với tháng trước.

Quyển sách này thì kiểu đẹp còn

quyển sách kia thì có nội dung quan trọng.

이 책은 디자인이 이쁘고 저 책은 내용이 알차요.

---

① A+thì+동사·형용사+còn+B+thì+동사·형용사. = A는(은) ~하고 B는(은) ~해요.

  → còn(그리고)으로 연결된 앞, 뒤의 문장은 서로 대조를 이룹니다.

② quyển sách này(kia) = 이(저) 책 / kiểu(디자인)+đẹp(예쁜) = 디자인이 이쁘다

  có(가지다)+nội dung(내용)+quan trọng(중요한) = 내용이 알차다

  Quyển sách này thì kiểu đẹp còn quyển sách kia thì có nội dung quan

  trọng. = 이 책은 디자인이 이쁘고 저 책은 내용이 알차요.

MP3 듣고 따라 말하며 세 번씩 써보기	🎧 mp3 011

①

②

③

응용해서 써본 후 MP3 듣고 따라 말하기	🎧 mp3 012

① 이 음식은 짜고 저 음식은 매워요. [짠 = mặn, 매운 = cay]

  →

② 오빠(형)는 키가 크고 언니(누나)는 키가 작아요. [키가 큰 = cao, 키가 작은 = thấp]

  →

---

① Món ăn này thì mặn còn món ăn kia thì cay.

② Anh trai thì cao còn chị gái thì thấp.

Không ai **thông minh** bằng **anh ấy.**

그 사람만큼 똑똑한 사람은 없어요.

① không ai = 누구도 ~하지 않다 / bằng = ~만큼 (의존 명사로 쓰일 때 의미)

Không ai+형용사+bằng+A(비교 대상). = 누구도 A만큼 ~하지 않다.

→ 위의 표현은 결국 'A만큼 ~한 사람은 없다'라고 해석 가능합니다('A가 가장 ~하다'라는 최
상급 표현과 같은 의미).

② thông minh = 똑똑한, 영리한

Không ai **thông minh** bằng anh ấy. = 그 사람만큼 똑똑한 사람은 없어요.

MP3 듣고 따라 말하며 세 번씩 써보기	∩ mp3 013
①	
②	
③	

응용해서 써본 후 MP3 듣고 따라 말하기	∩ mp3 014

① 그 여자 선생님만큼 착한 사람은 없어요. [친절한, 착한 = tốt bụng]

→

② 그 사람만큼 부자인 사람은 없어요. [부자인 = giàu]

→

> ① Không ai tốt bụng bằng cô giáo ấy.
>
> ② Không ai giàu bằng anh ấy.

Không đâu thoải mái bằng nhà của tôi.

우리 집만큼 편한 곳은 없어요.

① không đâu = 어디도 ~하지 않다

　Không đâu+형용사+bằng+A(비교 장소). = 어디도 A만큼 ~하지 않다.

　→ 위의 표현은 결국 'A만큼 ~한 곳(장소)은 없다'라고 해석 가능합니다.

② thoải mái = 편안한 / nhà của tôi = 우리 집

　Không đâu thoải mái bằng nhà của tôi.

　= 우리 집만큼 편한 곳은 없어요.

MP3 듣고 따라 말하며 세 번씩 써보기	🎧 mp3 015

①

②

③

응용해서 써본 후 MP3 듣고 따라 말하기	🎧 mp3 016

① 여기만큼 즐거운 곳은 없어요. [즐거운 = vui, 여기 = ở đây]

　→

② 이 상점만큼 싼 곳은 없어요. [싼 = rẻ, 이 상점 = tiệm này]

　→

① Không đâu vui bằng ở đây.
② Không đâu rẻ bằng tiệm này.

> ## Không gì hạnh phúc bằng
>
> ## khi gia đình khỏe mạnh.
> ### 가족이 건강할 때만큼 행복한 것은 없어요.

① không gì = 무엇도 ~하지 않다

Không gì+형용사+bằng+A(비교 상황). = 무엇도 A만큼 ~하지 않다.

→ 위의 표현은 결국 'A만큼 ~한 것(상황)은 없다'라고 해석 가능합니다.

② hạnh phúc = 행복한 / khi = ~할 때 / khỏe mạnh = 건강한

Không gì hạnh phúc bằng khi gia đình khỏe mạnh.

= 가족이 건강할 때만큼 행복한 것은 없어요.

MP3 듣고 따라 말하며 세 번씩 써보기	🎧 mp3 017

①

②

③

응용해서 써본 후 MP3 듣고 따라 말하기	🎧 mp3 018

① 돈이 없을 때만큼 슬픈 것은 없어요. [슬픈 = buồn, ~할 때 = lúc]

→

② 강아지와 노는 것만큼 즐거운 것은 없어요. [즐거운 = vui, ~와 놀다 = chơi với]

→

> ① Không gì buồn bằng lúc không có tiền.
> ② Không gì vui bằng chơi với chó con.

01. 앞서 배운 내용 중 주요 문법 및 표현을 정리해 봅시다.

□ '예시·대조'를 나타내는 표현 총정리

표현	예문
chẳng hạn như+A, B(예시) 예를 들어·예컨대 A, B (같은)	Tôi thích món ăn Việt Nam chẳng hạn như bún chả, bánh xèo. 저는 베트남 음식을 좋아해요, 예를 들어 분짜, 반쎄오 같은 거요.
A(대상)+như+B, C(예시 대상)+chẳng hạn (예를 들어·예컨대) B, C 같은 A	Tôi muốn đi du lịch ở Đông Nam Á như Việt Nam, Lào chẳng hạn. 저는 예컨대 베트남, 라오스 같은 동남아에 여행 가고 싶어요.
A(대상)+như+B, C(예시 대상) vân vân B, C 등과 같은 A	Trong tiếng Việt có nhiều yếu tố quan trọng như phát âm, ngữ pháp vân vân. 베트남어에는 발음, 문법 등과 같은 중요한 요소가 많아요.
A(동사·형용사)+đến nỗi+ B(동사·형용사) B할 정도로·만큼 A하다	Dạo này tôi bận đến nỗi không còn thì giờ đi vệ sinh. 요즘 저는 화장실 갈 시간이 없을 정도로 바빠요.
형용사+hơn so với+A A에 비해 (보다) ~하다	Học tiếng Việt thú vị hơn so với học tiếng Anh. 베트남어 공부는 영어 공부에 비해 재미있어요.
A+thì+동사·형용사+ còn+B+thì+동사·형용사. A는(은) ~하고 B는(은) ~하다.	Quyển sách này thì kiểu đẹp còn quyển sách kia thì có nội dung quan trọng. 이 책은 디자인이 이쁘고 저 책은 내용이 알차요.

□ '비교(최상급 표현과 같은 의미)'를 나타내는 표현 총정리

표현	예문
Không ai+ 형용사+bằng+A(비교 대상). A만큼 ~한 사람은 없다.	Không ai thông minh bằng anh ấy. 그 사람만큼 똑똑한 사람은 없어요.
Không đâu+ 형용사+bằng+A(비교 장소). A만큼 ~한 곳(장소)은 없다.	Không đâu thoải mái bằng nhà của tôi. 우리 집만큼 편한 곳은 없어요.
Khôn gì+ 형용사+bằng+A(비교 상황). A만큼 ~한 것(상황)은 없다.	Không gì hạnh phúc bằng khi gia đình khỏe mạnh. 가족이 건강할 때만큼 행복한 것은 없어요.

□ 외워 두면 좋은 표현 총정리

• mạng xã hội = 소셜 네트워크 서비스; SNS

  → sử dụng mạng xã hội = SNS를 사용하다

• màu = 색

  → màu đậm = 진한 색 / màu đỏ = 빨간색 / màu đen = 검은색

• Đông Nam Á = 동남아 / Lào = 라오스

• Châu Âu = 유럽 / Ý = 이탈리아 / Anh = 영국

• tên = 이름 / tuổi = 나이 / địa chỉ = 주소 / nghề nghiệp = 직업

02. 아래의 한국어 문장들을 베트남어로 직접 작문해 보도록 하세요.

① 저는 베트남 음식을 좋아해요, 예를 들어 분짜, 반쎄오 같은 거요.

→

② 저는 예컨대 베트남, 라오스 같은 동남아에 여행 가고 싶어요.

→

③ 베트남어에는 발음, 문법 등과 같은 중요한 요소가 많아요.

→

④ 그는 이름, 나이, 주소, 직업 등에 대해 물었어요.

→

⑤ 요즘 저는 화장실 갈 시간이 없을 정도로 바빠요.

→

⑥ 베트남어 공부는 영어 공부에 비해 재미있었어요.

→

⑦ 이 책은 디자인이 이쁘고 저 책은 내용이 알차요.

→

⑧ 그 사람만큼 똑똑한 사람은 없어요.

→

⑨ 우리 집만큼 편한 곳은 없어요.

→

⑩ 가족이 건강할 때만큼 행복한 것은 없어요.

→

① Tôi thích món ăn Việt Nam chẳng hạn như bún chả, bánh xèo.

② Tôi muốn đi du lịch ở Đông Nam Á như Việt Nam, Lào chẳng hạn.

③ Trong tiếng Việt có nhiều yếu tố quan trọng như phát âm, ngữ pháp vân vân.

④ Anh ấy hỏi về tên, tuổi, địa chỉ, nghề nghiệp vân vân.

⑤ Dạo này tôi bận đến nỗi không còn thì giờ đi vệ sinh.

⑥ Học tiếng Việt thú vị hơn so với học tiếng Anh.

⑦ Quyển sách này thì kiểu đẹp còn quyển sách kia thì có nội dung quan trọng.

⑧ Không ai thông minh bằng anh ấy.

⑨ Không đâu thoải mái bằng nhà của tô.

⑩ Không gì hạnh phúc bằng khi gia đình khỏe mạnh.

MEMO 틀린 문장이 있을 경우 아래에 몇 번씩 반복해서 써보세요.

CHAPTER 02

감정 상태 및 의사 표현하기

Chúc mừng anh/chị vào công ty.

입사를 축하해요.

① chúc(바라다, 기원하다)+mừng(기쁜, 행복한) = ~을 축하하다

Chúc mừng+축하하는 것. = ~(한 것)을 축하해요.

② vào(들어가다)+công ty(회사)/làm(일하다) → vào công ty / vào làm = 입사하다

Chúc mừng anh/chị vào công ty.

= (형·오빠/누나·언니가) 입사한 것을 축하해요.

→ 위 표현은 결국 '입사를 축하해요'라는 인사말입니다.

MP3 듣고 따라 말하며 세 번씩 써보기	∩ mp3 019
①	
②	
③	

응용해서 써본 후 MP3 듣고 따라 말하기	∩ mp3 020

① (형·오빠에게) 개업을 축하해요. [개업하다 = khai trương]

→

② (누나·언니에게) 대학 입학을 축하해요. [대학에 입학하다 = vào đại học]

→

① Chúc mừng anh khai trương.

② Chúc mừng chị vào đại học.

Cảm ơn vì **đã chúc mừng.**

축하해 주셔서 감사해요.

① cảm ơn = 감사하다 / vì = ~때문에, ~해서

Cảm ơn vì**+이유.** = ~해서 감사해요.

→ 감사·사과·안도·유감 등의 감정 상태를 나타내는 표현 뒤에 vì를 붙여 그 이유를 함께 말할 수 있습니다.

② đã chúc mừng (tôi) = (나를) 축하해 줬다

Cảm ơn vì **đã chúc mừng** (tôi). = **축하해 주**셔서 감사해요.

MP3 듣고 따라 말하며 세 번씩 써보기	🎧 mp3 021
①	
②	
③	

응용해서 써본 후 MP3 듣고 따라 말하기	🎧 mp3 022

① 우리집에 와(방문해) 주셔서 감사해요. [집에 오다 = đến nhà]

→

② 저를 믿어 주셔서 감사해요. [믿다 = tin]

→

① Cảm ơn vì đã đến nhà tôi.

② Cảm ơn vì đã tin tôi.

Xin lỗi vì tôi đã hiểu lầm.

제가 오해해서 죄송해요.

① 사과 표현 뒤에도 'vì(~때문에, ~해서)'를 붙여 표현할 수 있겠죠?

xin lỗi = 사과하다, 용서를 빌다

Xin lỗi vì+이유. = ~해서 죄송해요.

② hiểu lầm = 오해하다, 잘못 생각하다

Tôi đã hiểu lầm. = 제가 오해했어요.

Xin lỗi vì tôi đã hiểu lầm. = 제가 오해해서 죄송해요.

MP3 듣고 따라 말하며 세 번씩 써보기   ∩ mp3 023

①

②

③

응용해서 써본 후 MP3 듣고 따라 말하기   ∩ mp3 024

① (제가) 결석해서 죄송해요. [결석하다 = vắng mặt]

→

② (제가) 함부로 말해서 죄송해요. [생각 없이(함부로) 말하다 = nói mà không suy nghĩ]

→

---

① Xin lỗi vì tôi đã vắng mặt.

② Xin lỗi vì tôi đã nói mà không suy nghĩ.

May mắn vì có hậu phương vững chắc.

든든한 백이 있어서 다행이에요.

① may mắn = 다행히

　May mắn vì**+이유.** = ~해서 다행이에요.

　→ 안심을 표현하거나 뜻밖에 운이 좋을 때 사용할 수 있는 표현입니다.

② có(가지고 있다)+hậu phương(후방, 뒷배)+chắc(확실한) = 든든한 백이 있다

　May mắn vì <u>có hậu phương vững chắc.</u>

　= <u>든든한 백이 있</u>어서 다행이에요.

MP3 듣고 따라 말하며 세 번씩 써보기	🎧 mp3 025

①

②

③

응용해서 써본 후 MP3 듣고 따라 말하기	🎧 mp3 026

① (제가) 당신을 만나서 다행이에요. [만나다 = gặp]

　→

② (제가) 베트남어를 미리 공부해서 다행이에요. [이전에, 미리 = trước]

　→

① May mắn vì tôi gặp anh.
② May mắn vì tôi đã học tiếng Việt trước.

Tôi hối tiếc vì chia tay với anh ấy.

저는 그와 헤어져서 후회스러워요.

① hối tiếc = 유감이다, 후회하다

주어+hối tiếc vì+이유. = 주어는 ~해서 후회스러워요.

→ 어떠한 이유로 후회스럽고 유감인 상황인지 표현할 때 사용할 수 있는 표현입니다.

② chia tay với+대상 = ~와 헤어지다

Tôi hối tiếc vì chia tay với anh ấy.

= 저는 그와 헤어져서 후회스러워요.

MP3 듣고 따라 말하며 세 번씩 써보기　　　　　　　　　　　　⌂ mp3 027

①

②

③

응용해서 써본 후 MP3 듣고 따라 말하기　　　　　　　　　　　　⌂ mp3 028

① 저는 열심히 공부하지 않아서 후회스러워요. [열심히 공부하다 = học chăm chỉ]

→

② 저는 제 마음을 다 말하지 못해서 후회스러워요. [모두, 다 = hết, 내 마음 = lòng mình]

→

> ① Tôi hối tiếc vì không học chăm chỉ.
>
> ② Tôi hối tiếc vì không nói hết lòng mình.

Đáng lẽ tôi nên nộp hồ sơ sớm.

서류를 일찍 제출했어야 했어.

① đáng lẽ = 당연히 ~해야 마땅한 / nên+동사 = ~해야 한다

　[안해서 후회] Đáng lẽ+주어+nên+해야 했던 것. = 주어는(가) (당연히) ~했어야 했어.

　[해서 후회] Đáng lẽ+주어+không nên+하지 말아야 했던 것.

　　　　　　 = 주어는(가) (당연히) ~하지 말았어야 했어.

② nộp = 내다, 제출하다 / hồ sơ = 서류 / sớm = 일찍, 빨리

　Đáng lẽ tôi nên nộp hồ sơ sớm. = (내가) 서류를 일찍 제출했어야 했어.

MP3 듣고 따라 말하며 세 번씩 써보기	🎧 mp3 029

①

②

③

응용해서 써본 후 MP3 듣고 따라 말하기	🎧 mp3 030

① (내가) 그를 만나지 말았어야 했어. [만나다 = gặp]

　→

② (나는) 머리를 자르지 말았어야 했어. [머리를 자르다, 이발하다 = cắt tóc]

　→

① Đáng lẽ tôi không nên gặp anh ấy.

② Đáng lẽ tôi không nên cắt tóc.

Rất tiếc nhưng **tôi không đi được.**

매우 아쉽지만 **저는 갈 수가 없어요.**

① tiếc = 아쉽다, 유감스럽다, 안타깝다 / nhưng = 그러나, ~하지만

Rất tiếc nhưng+문장. = 매우 아쉽지만 ~해요.

→ 상대방의 요구, 제안, 초대, 부탁 등에 대해 아쉬운 마음을 전하며 정중하게 거절할 때 사용할 수 있는 표현입니다.

② không+동사+được = ~할 수 없다 / đi = 가다

Rất tiếc nhưng **tôi không đi được.** = 매우 아쉽지만 **저는 갈 수가 없어요.**

MP3 듣고 따라 말하며 세 번씩 써보기	🎧 mp3 031
①	
②	
③	

응용해서 써본 후 MP3 듣고 따라 말하기	🎧 mp3 032

① 매우 아쉽지만 저는 참가할 수 없어요. [참가하다 = tham gia]

→

② 매우 아쉽지만 저는 살 수 없어요. [사다 = mua]

→

① Rất tiếc nhưng tôi không tham gia được.

② Rất tiếc nhưng tôi không mua được.

Ước gì ngay bây giờ được uống một cốc bia.

지금 당장 맥주 한 잔을 마시면 좋을텐데.

① Ước gì+바라는 것. = ~하면 좋을텐데·좋겠다.

→ 말하는 시점에서 실현성이 부족한 상황에 대한 소망, 아쉬움을 나타냅니다.

② ngay bây giờ(지금 당장)+được uống(마시게 되다)+một cốc bia(맥주 한 잔) =

지금 당장 맥주 한 잔을 마시게 되다

Ước gì ngay bây giờ được uống một cốc bia.

= 지금 당장 맥주 한 잔을 마시면 좋을텐데. ('실제는 그렇지 않다'라는 의미)

MP3 듣고 따라 말하며 세 번씩 써보기	∩ mp3 033
①	
②	
③	

응용해서 써본 후 MP3 듣고 따라 말하기	∩ mp3 034

① 나도 여동생이 있다면 좋을텐데. [역시, ~도 = cũng, 여동생 = em gái]

→

② 이번 주말에는 쉴 수 있다면 좋을텐데. [쉬다 = nghỉ, 이번 주말 = cuối tuần này]

→

① Ước gì tôi cũng có em gái.

② Ước gì được nghỉ vào cuối tuần này.

Không ai dám **đề nghị** về việc đó.

누구도 감히 그 일에 대해 제안하지 못해요.

① không ai = 누구도 ~하지 않다 / dám = 감히 ~하다

Không ai dám+**동사**. = 누구도 감히 ~하지 못해요.

② đề nghị = 제안하다 / về = ~에 대해 / việc đó = 그 일

→ đề nghị về việc đó = 그 일에 대해 제안하다

Không ai dám <u>đề nghị về việc đó</u>.

= 누구도 감히 <u>그 일에 대해 제안하지</u> 못해요.

MP3 듣고 따라 말하며 세 번씩 써보기	🎧 mp3 035
①	
②	
③	

응용해서 써본 후 MP3 듣고 따라 말하기	🎧 mp3 036

① 누구도 감히 어떤 말도 하지 못해요.

→

② 누구도 감히 일을 그만두는 것에 대해 생각하지 못해요. [일·용건, ~(하는) 것 = chuyện]

→

① Không ai dám nói gì.

② Không ai dám nghĩ đến chuyện nghỉ việc.

Việc ấy tôi không dám làm.

그 일을 할 엄두가 안 나요.

① không dám+동사 = 감히 ~하지 못하다

→ 위의 표현은 결국 '~할 엄두가 안 나다'라는 의미로 해석 가능합니다.

② làm = 하다 / việc ấy = 그 일

Tôi không dám làm việc ấy. = 저는 그 일을 할 엄두가 안 나요.

→ 목적어인 'việc ấy'를 강조하기 위해 문장 앞으로 도치해서 말할 수도 있습니다.

Việc ấy tôi không dám làm. = 그 일을 (저는) 할 엄두가 안 나요.

MP3 듣고 따라 말하며 세 번씩 써보기	∩ mp3 037

①

②

③

응용해서 써본 후 MP3 듣고 따라 말하기	∩ mp3 038

① 그 상품은 너무 비싸서 살 엄두가 안 나요. [그 상품 = hàng đó, ~해서 = nên]

→

② 확실히 그는 올 엄두를 못 낼 거예요. [확실히 = chắc chắn]

→

① Hàng đó rất đắt nên không dám mua.

② Chắc chắn anh ấy sẽ không dám đến.

01. 앞서 배운 내용 중 주요 문법 및 표현을 정리해 봅시다.

☐ '감정 상태 · 의사'를 나타내는 표현 총정리

표현	예문
Chúc mừng+축하하는 것. ~(한 것)을 축하해요.	Chúc mừng anh/chị vào công ty. (형 · 오빠/누나 · 언니에게) 입사를 축하해요.
Cảm ơn vì+이유. ~해서 감사해요.	Cảm ơn vì đã chúc mừng. 축하해 주셔서 감사해요.
Xin lỗi vì+이유. ~해서 죄송해요.	Xin lỗi vì tôi đã hiểu lầm. 제가 오해해서 죄송해요.
May mắn vì+이유. ~해서 다행이에요.	May mắn vì có hậu phương vững chắc. 든든한 백이 있어서 다행이에요.
주어+hối tiếc vì+이유. 주어는 ~해서 후회스러워요.	Tôi hối tiếc vì chia tay với anh ấy. 저는 그와 헤어져서 후회스러워요.
Đáng lẽ+주어+nên/không nên +해야 했던 것/하지 말아야 했던 것. 주어는(가) (당연히) ~했어야 했어/ ~하지 말았어야 했어.	Đáng lẽ tôi nên nộp hồ sơ sớm. (내가) 서류를 일찍 제출했어야 했어. Đáng lẽ tôi không nên gặp anh ấy. (내가) 그를 만나지 말았어야 했어.
Rất tiếc nhưng+문장. 매우 아쉽지만 ~해요.	Rất tiếc nhưng tôi không đi được. 매우 아쉽지만 저는 갈 수가 없어요.
Ước gì+바라는 것. ~하면 좋을텐데 · 좋겠다.	Ước gì ngay bây giờ được uống một cốc bia. 지금 당장 맥주 한 잔을 마시면 좋을텐데.
Không ai dám+동사. 누구도 감히 ~하지 못하다.	Không ai dám đề nghị về việc đó. 누구도 감히 그 일에 대해 제안하지 못해요.
không dám+동사 감히 ~하지 못하다	Việc ấy tôi không dám làm. 그 일을 할 엄두가 안 나요.

02. 아래의 한국어 문장들을 베트남어로 직접 작문해 보도록 하세요. (정답 p.058)

① (형·오빠에게) 입사를 축하해요.

→ _____

② 축하해 주셔서 감사해요.

→ _____

③ 제가 오해해서 죄송해요.

→ _____

④ 든든한 백이 있어서 다행이에요.

→ _____

⑤ 저는 그와 헤어져서 후회스러워요.

→ _____

⑥ (내가) 서류를 일찍 제출했어야 했어.

→ _____

⑦ 매우 아쉽지만 저는 갈 수가 없어요.

→ _____

⑧ 지금 당장 맥주 한 잔을 마시면 좋을텐데.

→ _____

⑨ 누구도 감히 그 일에 대해 제안하지 못해요.

→ _____

⑩ 그 일을 할 엄두가 안 나요.

→ _____

① Chúc mừng anh vào công ty.

② Cảm ơn vì đã chúc mừng.

③ Xin lỗi vì tôi đã hiểu lầm.

④ May mắn vì có hậu phương vững chắc.

⑤ Tôi hối tiếc vì chia tay với anh ấy.

⑥ Đáng lẽ tôi nên nộp hồ sơ sớm.

⑦ Rất tiếc nhưng tôi không đi được.

⑧ Ước gì ngay bây giờ được uống một cốc bia.

⑨ Không ai dám đề nghị về việc đó.

⑩ Việc ấy tôi không dám làm.

MEMO 틀린 문장이 있을 경우 아래에 몇 번씩 반복해서 써보세요.

CHAPTER 03

행위의 때,
과거 경험 말하기

Để tôi xem lịch trình đã.

우선 일정 좀 보고요.

① để = 두다, ~하게 해주다 / đã = 우선 (문장 끝에서 부사적 용법으로 쓰일 때 의미)

Để+tôi+동사. = 제가 ~하게 해주세요. (→ '제가 ~좀 할게요'라고 해석 가능)

Để+tôi+동사+đã. = 우선 제가 ~좀 할게요.

→ 문장 앞에 쓰인 để는 생략 가능하며, đã대신 cái đã를 넣어서 말해도 무방합니다.

② xem = 보다 / lịch trình = 일정, 스케쥴

Để tôi xem lịch trình đã. = 우선 (제가) 일정 좀 볼게요. (= 우선 일정 좀 보고요.)

MP3 듣고 따라 말하며 세 번씩 써보기	∩ mp3 039
①	
②	
③	

응용해서 써본 후 MP3 듣고 따라 말하기	∩ mp3 040

① 우선 (제가) 운동 좀 하고요. [운동하다 = tập thể dục]

→

② 우선 (제가) 확인 좀 하고요. [확인하다 = kiểm tra]

→

① Để tôi tập thể dục đã.

② Để tôi kiểm tra đã.

Để tôi xem lịch trình đã rồi tôi sẽ báo cho anh biết.

우선 일정 좀 보고 나서 당신에게 말할게요.

① rồi = 하고 나서 (두 행위를 순차적으로 연결하는 접속사적 용법으로 쓰일 때 의미)

Để+우선 하는 것+đã rồi+이후에 하는 것. = 우선 ~ 좀 하고 나서 ~할게요.

② báo cho+대상 = ~에게 알리다·말하다

Tôi sẽ báo cho anh biết. = 제가 당신에게 말할게요.

Để tôi xem lịch trình đã rồi tôi sẽ báo cho anh biết.

= 우선 (제가) 일정 좀 보고 나서 (제가) 당신에게 말할게요.

MP3 듣고 따라 말하며 세 번씩 써보기	🎧 mp3 041

①

②

③

응용해서 써본 후 MP3 듣고 따라 말하기	🎧 mp3 042

① 우선 (제가) 조금만 쉬고 나서 계속 일할게요. [계속(하다) = tiếp tục]

→

② 우선 (제가) 생각 좀 해보고 나서 결정할게요. [고려하다, 생각하다 = suy nghĩ]

→

① Để tôi nghỉ một chút đã rồi tôi sẽ tiếp tục làm việc.

② Để tôi suy nghĩ đã rồi tôi sẽ quyết định.

Tôi phải cãi nhau ngay bây giờ với anh ấy.

지금 당장 그에게 따져야겠어.

① 동사+ngay = 즉시 · 당장 ~하다

→ 어떤 일의 빠른 처리 및 실행을 표현할 때 사용할 수 있는 표현입니다.

② phải+동사 = ~해야만 한다 / cãi nhau với = ~와 따지다 · 말다툼하다 (*đánh nhau

= (치고 받고) 싸우다) / bây giờ = 지금

Tôi phải cãi nhau ngay bây giờ với anh ấy.

= (난) 지금 당장 그와 따져야만 해. (= 지금 당장 그에게 따져야겠어.)

MP3 듣고 따라 말하며 세 번씩 써보기	🎧 mp3 043

①

②

③

응용해서 써본 후 MP3 듣고 따라 말하기	🎧 mp3 044

① 저는 당장 샤워하고 싶어요. [샤워하다 = tắm]

→

② 저는 당장 이것을 사고 싶어요. [이것 = cái này]

→

---

① Tôi muốn tắm ngay.

② Tôi muốn mua cái này ngay.

Sau này tôi sẽ gọi điện thoại lại nhé.

나중에 제가 다시 전화를 걸게요.

① sau(나중에, 후에)+này(이) = 나중에, 이후에

　Sau này+주어+sẽ+동사. = 나중에 주어가 ~할게요.

　→ 일정한 시간이 지난 후의 처리 및 실행을 나타낼 때 사용할 수 있는 표현입니다.

② gọi điện thoại = 전화를 걸다 / nhé = 권유·제안할 때 문미에 넣어 친근감을 표현

　Tôi sẽ gọi điện thoại lại nhé. = 제가 다시 전화를 걸게요.

　Sau này tôi sẽ gọi điện thoại lại nhé. = 나중에 제가 다시 전화를 걸게요.

MP3 듣고 따라 말하며 세 번씩 써보기	🎧 mp3 045
①	
②	
③	

응용해서 써본 후 MP3 듣고 따라 말하기	🎧 mp3 046

① 나중에 제가 다시 검토할게요. [검사(검토)하다 = kiểm tra]

　　→

② 나중에 제가 다시 문자할게요. [문자하다 = nhắn tin]

　　→

① Sau này tôi sẽ kiểm tra lại.
② Sau này tôi sẽ nhắn tin lại.

Trước khi gặp anh ấy, tôi muốn trang điểm.

그를 만나기 전에 화장하고 싶어요.

① trước(~전에)+khi(때, 시간) = ~ 전에

　Trước khi+이후에 하는 것, 우선 하는 것. = ~하기 전에 ~해요.

② muốn = 하고 싶다 / trang điểm = 화장하다 / gặp = 만나다

　Tôi muốn trang điểm. = 저는 화장하고 싶어요.

　Trước khi gặp anh ấy, tôi muốn trang điểm.

　 = 그를 만나기 전에 (저는) 화장하고 싶어요.

MP3 듣고 따라 말하며 세 번씩 써보기	🎧 mp3 047

① _____

② _____

③ _____

응용해서 써본 후 MP3 듣고 따라 말하기	🎧 mp3 048

① 여행가기 전에 저는 베트남어를 공부할 거예요. [여행가다 = đi du lịch]

　→ _____

② 이것을 사기 전에 저는 인터넷에서 정보를 더 찾을 거예요. [인터넷에서 = trên mạng]

　→ _____

---

① Trước khi đi du lịch, tôi sẽ học tiếng Việt.

② Trước khi mua cái này, tôi sẽ tìm thông tin trên mạng.

Tôi muốn về nhà trước khi tôi bực mình hơn nữa.

더 짜증나기 전에 집에 가고 싶어요.

① 앞서 배웠듯 trước khi를 문두에 넣어 말할 수도 있지만, 아래와 같은 어순으로도 말할 수 있

으니 두 표현을 헷갈리지 않도록 충분히 익혀두세요.

→ 우선 하는 것+trước khi+이후에 하는 것. = ~하기 전에 ~해요.

② về nhà = 집에 가다 / bực mình = 짜증나는, 화나는 / hơn nữa = 더(한층)

Tôi muốn về nhà trước khi tôi bực mình hơn nữa.

= (제가) 더 짜증나기 전에 (저는) 집에 가고 싶어요.

MP3 듣고 따라 말하며 세 번씩 써보기	∩ mp3 049
①	
②	
③	

응용해서 써본 후 MP3 듣고 따라 말하기	∩ mp3 050

① 제가 더 화내기 전에 당신이 직접 하세요. [직접(스스로) 하다 = tự làm]

→

② (언니/누나) 일하기 전에 식사하세요. [식사하다 = ăn cơm]

→

① Anh tự làm đi trước khi tôi bực mình hơn nữa.

② Chị ăn cơm đi trước khi làm việc.

Trước đây **cũng như vậy mà.**

이전에**도** 그랬잖아요.

① trước(~전에)+đây(이번) = 이전에

Trước đây+형용사·동사. = 이전에 ~하다.

→ 구체적이지 않은 과거 시점의 상황이나 행동을 말할 때 사용할 수 있는 표현입니다.

② cũng = 역시, ~도 → trước đây cũng = 이전에도 / như vậy = 그와 같은

mà = 문장 끝에 붙어서 '~잖아요'라는 어감을 나타냄

Trước đây cũng **như vậy** <u>mà</u>. = 이전에도 그와 같았잖아요(= 그랬잖아요).

MP3 듣고 따라 말하며 세 번씩 써보기	∩ mp3 051

① _____

② _____

③ _____

응용해서 써본 후 MP3 듣고 따라 말하기	∩ mp3 052

① 이전에 내가 말했잖아요. [말하다 = nói]

→ _____

② 이전에 (저는) 알았지만 지금은 잊어버렸어요. [~(하)지만 = nhưng, 잊어버리다 = quên]

→ _____

---

① Trước đây tôi đã nói rồi mà.

② Trước đây tôi từng biết nhưng bây giờ quên rồi.

Khi còn nhỏ, tôi đã từng học mỹ thuật.

어렸을 때 저는 미술을 배워 본 적이 있어요.

① khi(~할 때)+còn(아직)+nhỏ(젊은) = 어렸을 때 · 어릴 때

　Khi còn nhỏ, 문장. = 어렸을 때 ~하다.

　Khi còn nhỏ, 주어+đã từng+동사. = 어렸을 때 주어는 ~한 적이 있어요.

② học = 배우다 / mỹ thuật = 미술

　Khi còn nhỏ, tôi đã từng học mỹ thuật.

　= 어렸을 때 저는 미술을 배워 본 적이 있어요.

MP3 듣고 따라 말하며 세 번씩 써보기　　　　　　　🎧 mp3 053

①

②

③

응용해서 써본 후 MP3 듣고 따라 말하기　　　　　　　🎧 mp3 054

① 어렸을 때 저는 자주 넘어졌어요. [자주 ~하다 = hay+동사, 넘어지다 = bị ngã]

　→

② 어렸을 때 저는 한자를 공부해 본 적이 있어요. [한자를 공부하다 = học Hán tự]

　→

① Khi còn nhỏ, tôi hay bị ngã.

② Khi còn nhỏ, tôi đã từng học Hán tự.

Tôi chưa từng hút thuốc.

저는 담배를 피워 본 적이 없어요.

① chưa từng+동사 = (아직) ~한 적이 없다

→ 중급에서 배운 chưa bao giờ와 유사한 표현으로 과거에 무언가를 해 본 경험은 없지만 미래에 해 볼 가능성은 있다는 뉘앙스를 나타냅니다.

② hút thuốc = 담배를 피우다

Tôi chưa từng hút thuốc.

= 저는 담배를 피워 본 적이 없어요. (하지만 미래에 해 볼 가능성이 있음)

MP3 듣고 따라 말하며 세 번씩 써보기   ∩ mp3 055

①

②

③

응용해서 써본 후 MP3 듣고 따라 말하기   ∩ mp3 056

① 저는 이 음식을 먹어 본 적이 없어요. [먹다 = ăn, 이 음식 = món này]

    →

② 저는 아이폰을 사용해 본 적이 없어요. [사용하다 = dùng]

    →

① Tôi chưa từng ăn món này.

② Tôi chưa từng dùng iphone.

Tôi chưa ăn trứng vịt lộn lần nào.

저는 곤오리알을 먹어 본 적이 한 번도 없어요.

① chưa+동사+lần nào = [직역] (아직) ~해 본 어떤 일례(발생 횟수)도 없다

[의역] (아직) ~해 본 적이 한 번도 없다

→ 유사한 표현으로는 'chưa từng+동사+bao giờ(~한 적이 없다)'가 있습니다.

② ăn = 먹다 / trứng vịt lộn = 곤오리알(부화 직전의 삶은 오리알)

Tôi chưa ăn trứng vịt lộn lần nào.

= 저는 곤오리알을 먹어 본 적이 한 번도 없어요.

MP3 듣고 따라 말하며 세 번씩 써보기　　　　　　　🎧 mp3 057

① _____

② _____

③ _____

응용해서 써본 후 MP3 듣고 따라 말하기　　　　　　　🎧 mp3 058

① 저는 명품 가방을 사 본 적이 한 번도 없어요. [명품 가방 = túi xách hàng hiệu]

→ _____

② 저는 화장을 해 본 적이 한 번도 없어요. [화장하다 = trang điểm]

→ _____

---

① Tôi chưa mua túi xách hàng hiệu lần nào.
② Tôi chưa trang điểm lần nào.

01. 앞서 배운 내용 중 주요 문법 및 표현을 정리해 봅시다.

□ '행위의 때·과거 경험'을 나타내는 표현 총정리

표현	예문
Để+tôi+동사+đã. **우선 제가 ~좀 할게요.**	Để tôi xem lịch trình đã. 우선 일정 좀 보고요.
Để+우선 하는 것+đã rồi+ 이후에 하는 것. **우선 ~ 좀 하고 나서 ~할게요.**	Để tôi xem lịch trình đã rồi tôi sẽ báo cho anh biết. 우선 일정 좀 보고 나서 당신에게 말할게요.
동사+ngay **즉시·당장 ~하다**	Tôi phải cãi nhau ngay bây giờ với anh ấy. 지금 당장 그에게 따져야겠어.
Sau này+주어+sẽ+동사. **나중에 주어가 ~할게요.**	Sau này tôi sẽ gọi điện thoại lại nhé. 나중에 제가 다시 전화를 걸게요.
Trước khi+이후에 하는 것, 우선 하는 것. / 우선 하는 것+ trước khi+이후에 하는 것. **~하기 전에 ~해요.**	Trước khi gặp anh ấy, tôi muốn trang điểm. 그를 만나기 전에 화장하고 싶어요. Tôi muốn về nhà trước khi tôi bực mình hơn nữa. 더 짜증나기 전에 집에 가고 싶어요.
Trước đây+형용사·동사. **이전에 ~하다.**	Trước đây cũng như vậy mà. 이전에도 그랬잖아요.
Khi còn nhỏ, 문장. **어렸을 때 ~하다.**	Khi còn nhỏ, tôi đã từng học mỹ thuật. 어렸을 때 저는 미술을 배워 본 적이 있어요.
chưa từng+동사 **(아직) ~한 적이 없다**	Tôi chưa từng hút thuốc. 저는 담배를 피워 본 적이 없어요..
chưa+동사+lần nào **(아직) ~해 본 적이 한 번도 없다**	Tôi chưa ăn trứng vịt lộn lần nào. 저는 곤오리알을 먹어 본 적이 한 번도 없어요.

02. 아래의 한국어 문장들을 베트남어로 직접 작문해 보도록 하세요. (정답 p.072)

① 우선 (제가) 일정 좀 보고요.

→

② 우선 (제가) 일정 좀 보고 나서 당신에게 말할게요.

→

③ (나는) 지금 당장 그에게 따져야겠어.

→

④ 나중에 제가 다시 전화를 걸게요.

→

⑤ 그를 만나기 전에 (저는) 화장하고 싶어요.

→

⑥ (제가) 더 짜증나기 전에 집에 가고 싶어요.

→

⑦ 이전에도 그랬잖아요.

→

⑧ 어렸을 때 저는 미술을 배워 본 적이 있어요.

→

⑨ 저는 담배를 피워 본 적이 없어요.

→

⑩ 저는 곤오리알을 먹어 본 적이 한 번도 없어요.

→

① Để tôi xem lịch trình đã.

② Để tôi xem lịch trình đã rồi tôi sẽ báo cho anh biết.

③ Tôi phải cãi nhau ngay bây giờ với anh ấy.

④ Sau này tôi sẽ gọi điện thoại lại nhé.

⑤ Trước khi gặp anh ấy, tôi muốn trang điểm.

⑥ Tôi muốn về nhà trước khi tôi bực mình hơn nữa.

⑦ Trước đây cũng như vậy mà.

⑧ Khi còn nhỏ, tôi đã từng học mỹ thuạ.

⑨ Tôi chưa từng hút thuốc.

⑩ Tôi chưa ăn trứng vịt lộn lần nào.

MEMO 틀린 문장이 있을 경우 아래에 몇 번씩 반복해서 써보세요.

CHAPTER 04

신상·성향, 상태·속성 묘사하기

Tôi vừa nghe nhạc vừa làm bài tập về nhà.

저는 음악을 들으면서 숙제를 해요.

① 주어+vừa A(동사·형용사) vừa B(동사·형용사). = 주어는 A하면서(하기도 하고) B해요.

→ 동시에 두 가지 동작을 행하거나 상태를 겸하고 있을 때 사용할 수 있는 표현입니다.

② nghe(듣다)+nhạc(음악) = 음악을 듣다

làm(하다)+bài tập về nhà(숙제) = 숙제를 하다

Tôi vừa nghe nhạc vừa làm bài tập về nhà.

= 저는 음악을 들으면서 숙제를 해요.

MP3 듣고 따라 말하며 세 번씩 써보기 　mp3 059

①

②

③

응용해서 써본 후 MP3 듣고 따라 말하기 　mp3 060

① 그는 티비를 보면서 밥을 먹어요. [티비를 보다 = xem tivi, 밥을 먹다 = ăn cơm]

　→

② 그녀는 예쁘(기도 하)고 착해요. [예쁜 = đẹp, 착한, 상냥한 = hiền]

　→

① Anh ấy vừa xem tivi vừa ăn cơm.

② Chị ấy vừa đẹp vừa hiền.

Tôi vừa là giáo sư vừa là ca sĩ.

저는 교수이자 가수예요.

① 앞서 배운 'vừa A(동사·형용사) vừa B(동사·형용사)'에서 A, B 자리에 명사가 올 경우엔
'동사 là'를 넣어 아래와 같이 표현할 수 있습니다(두 가지 역할을 겸할 때 사용).

→ 주어+vừa là A(명사) vừa là B(명사). = 주어는 A이자 B예요.

② giáo sư = 교수 / ca sĩ = 가수

Tôi vừa là giáo sư vừa là ca sĩ.

= 저는 교수이자 가수예요.

MP3 듣고 따라 말하며 세 번씩 써보기	○ mp3 061

①

②

③

응용해서 써본 후 MP3 듣고 따라 말하기	○ mp3 062

① 그녀는 모델이자 배우예요. [모델 = người mẫu, 배우 = diễn viên]

→

② 그는 그녀의 남편이자 두 자녀의 아버지예요. [남편 = chồng, 아버지 = bố]

→

① Chị ấy vừa là người mẫu vừa là diễn viên.

② Anh ấy vừa là chồng của chị ấy vừa là bố của hai con.

Anh không phải là người Việt Nam

mà là người Hàn Quốc.

그는 베트남 사람이 아니라 한국 사람이에요.

① 주어+không phải là A(명사) mà là B(명사). = 주어는 A가 아니라 B예요.

→ mà(그러나, ~하지만)는 상반되는 앞, 뒤 문장을 이어줄 때 사용하는 접속사입니다.

② người Việt Nam = 베트남 사람 / người Hàn Quốc = 한국 사람

Anh không phải là người Việt Nam. = 그는 베트남 사람이 아니에요.

Anh không phải là người Việt Nam mà là người Hàn Quốc.

= 그는 베트남 사람이 아니라 한국 사람이에요.

MP3 듣고 따라 말하며 세 번씩 써보기   🎧 mp3 063

① _____

② _____

③ _____

응용해서 써본 후 MP3 듣고 따라 말하기   🎧 mp3 064

① 그녀는 학생이 아니라 선생님이에요. [학생 = sinh viên, 선생님 = giáo viên]

→ _____

② 저는 사장이 아니라 직원이에요. [사장 = giám đốc, 직원 = nhân viên]

→ _____

① Chị ấy không phải là sinh viên mà là giáo viên.

② Tôi không phải là giám đốc mà là nhân viên.

Anh ấy tuy già nhưng vẫn khỏe lắm.

그는 비록 나이가 많지만 여전히 매우 건강해요.

① tuy = 비록 ~일지라도, ~에도 불구하고 / nhưng = 그러나, ~하지만

주어+tuy+A(동사·형용사)+nhưng+B(동사·형용사). = 주어는 (비록) A하지만 B해요.

→ tuy 자리에 유사 표현인 mặc dù 혹은 dù를 넣어서 말해도 무방합니다.

② già = 늙은(나이가 많은) / vẫn = 여전히 / khỏe = 건강한

Anh ấy tuy già nhưng vẫn khỏe lắm.

= 그는 비록 나이가 많지만 여전히 매우 건강해요.

MP3 듣고 따라 말하며 세 번씩 써보기	🎧 mp3 065
①	
②	
③	

응용해서 써본 후 MP3 듣고 따라 말하기	🎧 mp3 066

① 그녀는 아직 애인이 없지만 외롭지 않아요. [외로운 = cô đơn]

→

② 베트남어 공부는 비록 어렵지만 매우 재미있어요. [공부 = việc học, 재미있는 = thú vị]

→

① Cô ấy tuy chưa có người yêu nhưng không cô đơn.

② Việc học tiếng Việt tuy khó nhưng rất thú vị.

Trông chị ấy có vẻ trẻ lắm.

그녀는 정말 동안으로 보여요.

① trông = 보다, 보이다 / có vẻ = ~같다, ~처럼 보이다

　　Trông+주어+có vẻ+형용사. = 주어는 ~한 것 같이 보여요. (= 주어는 ~해 보여요.)

　　→ 위의 말을 '주어+trông/có vẻ+형용사'로 줄여서 표현할 수도 있습니다.

② trẻ = 어린, 젊은 / lắm = 매우, 아주

　　Trông chị ấy có vẻ trẻ lắm.

　　= 그녀는 매우 젊어 보여요. (= 그녀는 정말 동안으로 보여요.)

MP3 듣고 따라 말하며 세 번씩 써보기　　　　　　　　　　　　　　🎧 mp3 067

① _____

② _____

③ _____

응용해서 써본 후 MP3 듣고 따라 말하기　　　　　　　　　　　　　　🎧 mp3 068

① 그는 정말 노안으로 보여요. [늙은 = già]

　　→ _____

② 그는 매우 부유해 보여요. [부자인 = giàu]

　　→ _____

> ① Trông anh ấy có vẻ già lắm.
>
> ② Trông anh ấy có vẻ giàu lắm.

Anh ấy rất đẹp trai, hơn nữa lại

có nhiều cơ bắp nữa.

그는 매우 잘생긴 데다가 근육도 많아요.

① hơn(보다 더)+nữa(더)+lại(~도 또한) = 데다가(그러한 데다가)

주어+A(형용사 · 동사),+hơn nữa lại+B(형용사 · 동사).

= 주어는 A한 데다가 B해요. (*lại는 생략 가능하나 넣어서 말하면 훨씬 자연스러움)

② đẹp trai = 잘생긴 / cơ bắp = 근육 → có nhiều cơ bắp = 근육이 많다

Anh ấy rất đẹp trai, hơn nữa lại có nhiều cơ bắp nữa.

= 그는 매우 잘생긴 데다가 근육도 많아요.

MP3 듣고 따라 말하며 세 번씩 써보기	🎧 mp3 069

①

②

③

응용해서 써본 후 MP3 듣고 따라 말하기	🎧 mp3 070

① 그는 똑똑한 데다가 매우 부자예요. [똑똑한 = thông minh, 부자인 = giàu]

→

② 그녀는 매우 예쁜 데다가 날씬해요. [아름다운(예쁜) = xinh, 날씬한 = thon thả]

→

---

① Anh ấy thông minh, hơn nữa lại giàu lắm.

② Chị ấy rất xinh, hơn nữa lại thon thả.

Sản phẩm này không những

chất lượng tốt mà còn giá rẻ nữa.

이 제품은 품질이 좋을 뿐만 아니라 가격도 싸요.

① 주어+không những A(동사·형용사) mà còn B(동사·형용사)+nữa.

= 주어는 A할 뿐만 아니라 B(까지도) 해요.

→ 문장 끝에 위치한 강조 부사 nữa(더)는 생략 가능합니다.

② sản phẩm = 제품 / chất lượng tốt = 품질이 좋다 / giá rẻ = 가격이 싸다

Sản phẩm này không những chất lượng tốt mà còn giá rẻ nữa.

= 이 제품은 품질이 좋을 뿐만 아니라 가격도 싸요.

MP3 듣고 따라 말하며 세 번씩 써보기	🎧 mp3 071

①

②

③

응용해서 써본 후 MP3 듣고 따라 말하기	🎧 mp3 072

① 그는 잘생겼을 뿐만 아니라 굉장히 부자예요. [잘생긴 = đẹp trai, 부자인 = giàu]

→

② 이 핸드폰은 디자인이 예쁠 뿐만 아니라 기능까지 많아요. [기능 = chức năng]

→

① Anh ấy không những đẹp trai mà còn rất giàu.

② Điện thoại này không những kiểu đẹp mà còn có nhiều chức năng.

Thành Phố Hà Nội là thủ đô đồng thời là một đô thị

trung tâm chính trị, kinh tế của Việt Nam.

하노이는 수도인 동시에 베트남의 정치, 경제 중심 도시입니다.

① 주어+동사(1)+đồng thời+동사(2). = 주어는 동사(1)한 동시에 동사(2)해요.

② thủ đô = 수도 / một đô thị((한) 도시)+trung tâm(중심)+chính trị(정치),

kinh tế(경제)+của Việt Nam(베트남의) = 베트남의 정치, 경제 중심 도시

Thành Phố Hà Nội là thủ đô đồng thời là một đô thị trung tâm chính

trị, kinh tế của Việt Nam.

= 하노이 (시)는 수도인 동시에 베트남의 정치, 경제 중심 도시입니다.

MP3 듣고 따라 말하며 세 번씩 써보기　　　　　　　　　　🎧 mp3 073

①

②

③

응용해서 써본 후 MP3 듣고 따라 말하기　　　　　　　　　　🎧 mp3 074

① 저는 활달한 사람인 동시에 열정적인 사람이에요. [열정적인 = nhiệt tình]

→

② 저는 자격증을 준비하는 동시에 취업을 준비해요. [취업을 준비하다 = chuẩn bị xin việc]

→

① Tôi là một người vui tính đồng thời là một người nhiệt tình.

② Tôi chuẩn bị chứng chỉ đồng thời chuẩn bị xin việc.

Tôi quan tâm đến văn hóa Việt Nam.

저는 베트남 문화에 관심이 있어요.

① quan tâm = 관심을 갖다 / đến = ~에, ~와

　quan tâm đến+관심 분야 = ~에 관심이 있다, ~에 (대해) 관심을 가지고 있다

　→ 정도부사 rất(매우, 굉장히)을 붙여 'rất quan tâm đến ~'와 같이 말할 땐 '~에 매우
　　관심이 있어요 → ~에 관심이 많아요'라고 해석할 수 있으니 참고하세요.

② văn hóa Việt Nam = 베트남 문화

　Tôi quan tâm đến văn hóa Việt Nam. = 저는 베트남 문화에 관심이 있어요.

MP3 듣고 따라 말하며 세 번씩 써보기	🎧 mp3 075
①	
②	
③	

응용해서 써본 후 MP3 듣고 따라 말하기	🎧 mp3 076
① 저는 정치에 관심이 많아요. [정치 = chính tri]	
→	
② 그는 베트남 경제에 관심이 있어요. [경제 = kinh tế]	
→	

---

① Tôi rất quan tâm đến chính trị.

② Anh ấy quan tâm đến kinh tế Việt Nam.

Tôi muốn làm việc liên quan đến thời trang.

저는 패션과 관련하여 일하고 싶어요.

① liên quan = 연관되다, 관계되다

liên quan đến+A(대상) = A에 관련되다

동사+liên quan đến+A(대상) = A와 관련하여 · 관련되어 ~하다

② muốn = 하고 싶다 / làm việc = 일하다 / thời trang = 패션

Tôi muốn làm việc liên quan đến thời trang.

= 저는 패션과 관련하여 일하고 싶어요.

MP3 듣고 따라 말하며 세 번씩 써보기	∩ mp3 077

①

②

③

응용해서 써본 후 MP3 듣고 따라 말하기	∩ mp3 078

① 저는 패션과 관련하여 유튜브 보는 것을 좋아해요. [~ 보는 것을 좋아하다 = thích xem]

→

② 그 일은 그녀와 관련되어 있어요. [그 일 = việc đó, 있다 = có]

→

① Tôi thích xem youtube liên quan đến thời trang.

② Việc đó có liên quan đến chị ấy.

01. 앞서 배운 내용 중 주요 문법 및 표현을 정리해 봅시다.

☐ '신상·성향·상태'를 묘사하는 표현 총정리

표현	예문
vừa A(동사·형용사) vừa B(동사·형용사) **A하면서(하기도 하고) B하다**	Tôi vừa nghe nhạc vừa làm bài tập về nhà. 저는 음악을 들으면서 숙제를 해요.
vừa A(명사) vừa B(명사) **A이자 B이다**	Tôi vừa là giáo sư vừa là ca sĩ. 저는 교수이자 가수예요.
không phải là A(명사)+ mà là B(명사) **A가 아니라 B이다**	Anh không phải là người Việt Nam mà là người Hàn Quốc. 그는 베트남 사람이 아니라 한국 사람이에요.
tuy+A(동사·형용사)+ nhưng+B(동사·형용사) **(비록) A하지만 B하다**	Anh ấy tuy già nhưng vẫn khỏe lắm. 그는 비록 나이가 많지만 여전히 매우 건강해요.
Trông+주어+có vẻ+형용사. **주어는 ~해 보이다.**	Trông chị ấy có vẻ trẻ lắm. 그녀는 정말 동안으로 보여요.

☐ 외워 두면 좋은 표현 총정리

• 모습

  đẹp = 예쁜 / xinh = 아름다운(예쁜) / xinh đẹp = 예쁘고 아름다운 (강조 표현)

  đẹp trai = 잘생긴 / già = 늙은(나이가 많은) / trẻ = 어린, 젊은

  thon thả = 날씬한 / khỏe = 건강한

  cơ bắp = 근육 → có nhiều cơ bắp = 근육이 많다

• 성격 및 기질

  hiền = 상냥한 / nhiệt tình = 열정적인 / cô đơn = 외로운 / thông minh = 똑똑한

□ '상태(속성)·성향'을 묘사하는 표현 총정리

표현	예문
A(형용사·동사),+hơn nữa lại+ B(형용사·동사) **A한 데다가 B하다**	Anh ấy rất đẹp trai, hơn nữa lại có nhiều cơ bắp nữa. 그는 매우 잘생긴 데다가 근육도 많아요.
không những A(동사·형용사) mà còn B(동사·형용사)+nữa **A할 뿐만 아니라 B(까지도) 하다**	Sản phẩm này không những chất lượng tốt mà còn giá rẻ nữa. 이 제품은 품질이 좋을 뿐만 아니라 가격도 싸요.
동사(1)+đồng thời+동사(2) **동사(1)한 동시에 동사(2)하다**	Thành Phố Hà Nội là thủ đô đồng thời là một đô thị trung tâm chính trị, kinh tế của Việt Nam. 하노이는 수도인 동시에 베트남의 정치, 경제 중심 도시입니다.
quan tâm đến+관심 분야 **~에 관심이 있다, ~에 (대해) 관심을 가지고 있다**	Tôi quan tâm đến văn hóa Việt Nam. 저는 베트남 문화에 관심이 있어요.
동사+liên quan đến+A(대상) **A와 관련하여·관련되어 ~하다**	Tôi muốn làm việc liên quan đến thời trang. 저는 베트남 문화에 관심이 있어요.

□ 외워 두면 좋은 표현 총정리

• 관심 분야

   chính trị = 정치 / kinh tế = 경제 / văn hóa = 문화 / thời trang = 패션

• 제품 속성

   chất lượng tốt(xấu) = 품질이 좋다(나쁘다) / giá rẻ(đắt) = 가격이 싸다(비싸다)

02. 아래의 한국어 문장들을 베트남어로 직접 작문해 보도록 하세요.　(정답 p.087)

① 저는 음악을 들으면서 숙제를 해요.

　→ _____

② 저는 교수이자 가수예요.

　→ _____

③ 그는 베트남 사람이 아니라 한국 사람이에요.

　→ _____

④ 그는 비록 나이가 많지만 여전히 매우 건강해요.

　→ _____

⑤ 그녀는 정말 동안으로 보여요.

　→ _____

⑥ 그는 매우 잘생긴 데다가 근육도 많아요.

　→ _____

⑦ 이 제품은 품질이 좋을 뿐만 아니라 가격도 싸요.

　→ _____

⑧ 하노이는 수도인 동시에 베트남의 정치, 경제 중심 도시입니다.

　→ _____

⑨ 저는 베트남 문화에 관심이 있어요.

　→ _____

⑩ 저는 패션과 관련하여 일하고 싶어요.

　→ _____

① Tôi vừa nghe nhạc vừa làm bài tập về nhà.

② Tôi vừa là giáo sư vừa là ca sĩ.

③ Anh không phải là người Việt Nam mà là người Hàn Quốc.

④ Anh ấy tuy già nhưng vẫn khỏe lắm.

⑤ Trông chị ấy có vẻ trẻ lắm.

⑥ Anh ấy rất đẹp trai, hơn nữa lại có nhiều cơ bắp nữa.

⑦ Sản phẩm này không những chất lượng tốt mà còn giá rẻ nữa.

⑧ Thành Phố Hà Nội là thủ đô đồng thời là một đô thị trung tâm chính trị, kinh tế của Việt Nam.

⑨ Tôi quan tâm đến văn hóa Việt Nam.

⑩ Tôi muốn làm việc liên quan đến thời trang.

MEMO 틀린 문장이 있을 경우 아래에 몇 번씩 반복해서 써보세요.

CHAPTER 05

포함·배제,
그룹·부분으로 표현하기

> # Ngoài quả dừa, tôi thích quả xoài nữa.
>
> ## 코코넛 이외에 망고도 좋아해요.

① ngoài = ~ 이외에 / nữa = 더, 추가의

　Ngoài+A(대상), 주어+동사+B(추가 대상)+nữa. = A 이외에 주어는 B도 ~해요.

　→ 문장 끝에 위치한 강조 부사 nữa는 생략 가능합니다.

② quả dừa = 코코넛 / quả xoài = 망고

　Ngoài quả dừa, tôi thích quả xoài nữa.

　= 코코넛 이외에 (저는) 망고도 좋아해요.

MP3 듣고 따라 말하며 세 번씩 써보기	🎧 mp3 079

① _____

② _____

③ _____

응용해서 써본 후 MP3 듣고 따라 말하기	🎧 mp3 080

① 베트남어 이외에 (저는) 프랑스어도 말할 수 있어요. [프랑스어 = tiếng Pháp]

　→ _____

② 휴대폰 이외에 (저는) 태블릿 pc도 구매했어요. [태블릿 PC = máy tính bảng]

　→ _____

> ① Ngoài tiếng Việt, tôi nói được tiếng Pháp (nữa).
>
> ② Ngoài điện thoại, tôi đã mua máy tính bảng (nữa).

> # Tôi thích mọi môn thể thao, trừ bóng chày.
>
> ## 저는 야구를 제외하고 모든 스포츠를 좋아해요.

① trừ = 빼다, 제외하다

   Tôi thích+A(전체 대상), trừ+B(제외 대상). = 저는 B를 제외하고 A를 좋아해요.

② mọi = 모든 / môn thể thao = 운동(스포츠) 종목 / bóng chày = 야구

   Tôi thích mọi môn thể thao. = 저는 모든 스포츠를 좋아해요.

   Tôi thích mọi môn thể thao, trừ bóng chày.

   = 저는 야구를 제외하고 모든 스포츠를 좋아해요.

MP3 듣고 따라 말하며 세 번씩 써보기   🎧 mp3 081

① _____

② _____

③ _____

응용해서 써본 후 MP3 듣고 따라 말하기   🎧 mp3 082

① 저는 수학을 제외하고 모든 과목을 좋아해요. [과목 = môn học, 수학 = môn toán]

   → _____

② 저는 두리안을 제외하고 모든 과일 종류를 좋아해요. [종류 = loại, 두리안 = sầu riêng]

   → _____

---

① Tôi thích mọi môn học, trừ môn toán.
② Tôi thích mọi loại hoa quả, trừ sầu riêng.

Những học sinh đều thích ca sĩ này.

학생들은 모두 이 가수를 좋아해요.

① những+명사 = ~들 (불가산 명사의 복수, 불특정 다수를 의미)

→ 가늠하기 어렵거나 정확한 숫자가 표기되지 않은 복수를 표현할 때 사용합니다.

② học sinh = 학생 / đều = 모두, 전부(*보통 복수를 표현하는 những이나 các과 함께 사

용) / thích = 좋아하다 / ca sĩ này = 이 가수

Những học sinh đều+동사. = 학생들(은) 모두 ~해요.

Những học sinh đều thích ca sĩ này. = 학생들은 모두 이 가수를 좋아해요.

MP3 듣고 따라 말하며 세 번씩 써보기	∩ mp3 083
①	
②	
③	

응용해서 써본 후 MP3 듣고 따라 말하기	∩ mp3 084

① 한국 사람들은 모두 김치를 좋아해요.

→

② 대학교 4학년 학생들은 취업을 준비해요. [취업을 준비하다 = chuẩn bị xin việc]

→

① Những người Hàn Quốc đều thích Kimchi.
② Những sinh viên năm thứ tư đều chuẩn bị xin việc.

Các nhân viên của công ty này đều
làm việc rất chăm chỉ.

이 회사의 직원들은 모두 매우 열심히 일해요.

① các+명사 = ~들 (가산 명사의 복수, 특정 다수를 의미)

   → 가늠할 수 있는 복수를 표현할 때 사용합니다.

② nhân viên = 직원 / công ty = 회사 / làm việc = 일하다 / chăm chỉ = 열심히

   Các nhân viên của công ty này đều+동사. = 이 회사의 직원들(은) 모두 ~해요.

   Các nhân viên của công ty này đều làm việc rất chăm chỉ.

   = 이 회사의 직원들은 모두 매우 열심히 일해요.

MP3 듣고 따라 말하며 세 번씩 써보기	🎧 mp3 085

①

②

③

응용해서 써본 후 MP3 듣고 따라 말하기	🎧 mp3 086

① 이 교실에 있는 학생들은 모두 열심히 공부해요. [이 교실 = lớp này]

   →

② 내 친구들은 모두 공부를 아주 잘해요. [잘하는 = giỏi]

   →

① Các sinh viên lớp này đều học chăm chỉ.

② Các bạn của tôi đều học giỏi lắm.

Khu du lịch này là một trong những nơi rất nổi tiếng đối với người dân.

이 관광지는 현지인에게 아주 유명한 장소 중 한 곳이에요.

① một(하나)+trong(~중에)+những(~들) = ~들 중에 하나

주어+là+một trong những+명사. = 주어는 ~(들) 중(에) 하나예요.

② khu du lịch này = 이 관광지 / nơi(장소, 곳)+rất nổi tiếng(아주 유명한)+đối với người dân (현지인에게) = 현지인에게 아주 유명한 장소

Khu du lịch này là một trong những nơi rất nổi tiếng đối với người dân. = 이 관광지는 현지인에게 아주 유명한 장소 중 한 곳이에요.

MP3 듣고 따라 말하며 세 번씩 써보기	∩ mp3 087

①

②

③

응용해서 써본 후 MP3 듣고 따라 말하기	∩ mp3 088

① 이 친구는 나의 가장 친한 친구 중 한 명이에요. [친한 친구 = bạn thân]

→

② 이 음식은 한국의 전통 음식 중 하나예요. [전통 음식 = món ăn truyền thống]

→

---

① Bạn này là một trong những người bạn thân nhất của mình.

② Món ăn này là một trong những món ăn truyền thống của Hàn Quốc.

01. 앞서 배운 내용 중 주요 문법 및 표현을 정리해 봅시다.

□ '포함 · 배제, 그룹 · 부분'을 나타내는 표현 총정리

표현	예문
Ngoài+A(대상), 주어+동사+B(추가 대상)+nữa. **A 이외에 주어는 B도 ~해요.**	Ngoài quả dừa, tôi thích quả xoài nữa. 저는 음악을 들으면서 숙제를 해요. Ngoài điện thoại, tôi đã mua máy tính bảng nữa. 휴대폰 이외에 태블릿 pc도 구매했어요.
Tôi thích+A(전체 대상), trừ+B(제외 대상). **저는 B를 제외하고 A를 좋아해요.**	Tôi thích mọi môn thể thao, trừ bóng chày. 저는 야구를 제외하고 모든 스포츠를 좋아해요. Tôi thích mọi loại hoa quả, trừ sầu riêng. 저는 두리안을 제외하고 모든 과일 종류를 좋아해요.
những+명사+đều **~들(불가산 명사의 복수, 불특정 다수를 의미) 모두**	Những học sinh đều thích ca sĩ này. 학생들은 모두 이 가수를 좋아해요.
các+명사+đều **~들(가산 명사의 복수, 특정 다수를 의미) 모두**	Các nhân viên của công ty này đều làm việc rất chăm chỉ. 이 회사의 직원들은 모두 매우 열심히 일해요.
một trong những+명사 **~(들) 중(에) 하나**	Khu du lịch này là một trong những nơi rất nổi tiếng đối với người dân. 이 관광지는 현지인에게 아주 유명한 장소 중 한 곳이에요.

02. 아래의 한국어 문장들을 베트남어로 직접 작문해 보도록 하세요.   (정답 p.097)

① 코코넛 이외에 (저는) 망고도 좋아해요.

　→

② 휴대폰 이외에 (저는) 태블릿 pc도 구매했어요.

　→

③ 저는 야구를 제외하고 모든 스포츠를 좋아해요.

　→

④ 저는 두리안을 제외하고 모든 과일 종류를 좋아해요.

　→

⑤ 학생들은 모두 이 가수를 좋아해요.

　→

⑥ 한국 사람들은 모두 김치를 좋아해요.

　→

⑦ 이 회사의 직원들은 모두 매우 열심히 일해요.

　→

⑧ 이 교실에 있는 학생들은 모두 열심히 공부해요.

　→

⑨ 이 관광지는 현지인에게 아주 유명한 장소 중 한 곳이에요.

　→

⑩ 이 친구는 나의 가장 친한 친구 중 한 명이에요.

　→

① Ngoài quả dừa, tôi thích quả xoài nữa.

② Ngoài điện thoại, tôi đã mua máy tính bảng nữa.

③ Tôi thích mọi môn thể thao, trừ bóng chày.

④ Tôi thích mọi loại hoa quả, trừ sầu riêng.

⑤ Những học sinh đều thích ca sĩ này.

⑥ Những người Hàn Quốc đều thích Kimchi.

⑦ Các nhân viên của công ty này đều làm việc rất chăm chỉ.

⑧ Các sinh viên lớp này đều học chăm chỉ.

⑨ Khu du lịch này là một trong những nơi rất nổi tiếng đối với người dân.

⑩ Bạn này là một trong những người bạn thân nhất của mình.

MEMO 틀린 문장이 있을 경우 아래에 몇 번씩 반복해서 써보세요.

CHAPTER 06

상태·상황
강조해서 말하기

Anh ấy hoàn toàn quên chuyện đó rồi.

그는 그 일을 완전히 잊었어요.

① hoàn toàn = 완전히 · 전적으로 (상태 · 행위를 완강하게 표현)

주어+hoàn toàn+동사 · 형용사. = 주어는 완전히 · 전적으로 ~해요.

② quên = 잊다 / chuyện đó = 그 일/사건

Anh ấy quên chuyện đó rồi. = 그는 그 일을 잊었어요.

Anh ấy hoàn toàn quên chuyện đó rồi.

= 그는 그 일을 완전히 잊었어요.

MP3 듣고 따라 말하며 세 번씩 써보기 　　　　　　　　　　　🎧 mp3 089

①

②

③

응용해서 써본 후 MP3 듣고 따라 말하기 　　　　　　　　　　🎧 mp3 090

① 그 일은 전적으로 너에게 달려 있어. [의지하다(달려 있다) = tùy]

→

② 나는 완전히 병이 나은 것 같아요. [병이 낫다 = khỏi bệnh]

→

---

① Việc đó hoàn toàn tùy em.

② Tôi thấy hoàn toàn khỏi bệnh.

Cái này siêu rẻ.

이건 완전 싸요.

① siêu = 대단한, 매우, 초~ (상태를 극대화하여 표현)

주어+siêu+형용사. = 주어는 완전(대단히) ~해요.

→ siêu를 형용사 앞에 붙여 말하면 어떤 범위를 넘어서 정도가 심한 상태를 나타내게 되어

'완전(대단히) ~하다'라는 뉘앙스의 표현이 됩니다.

② cái này = 이것 / rẻ = 값싼

Cái này siêu rẻ. = 이건 완전(대단히) 싸요.

MP3 듣고 따라 말하며 세 번씩 써보기	🎧 mp3 091

①

②

③

응용해서 써본 후 MP3 듣고 따라 말하기	🎧 mp3 092

① 그는 완전 부자예요. (= 그는 슈퍼 리치예요.) [부자인 = giàu]

→

② 이 핸드폰은 완전 작아요. (= 이 핸드폰은 초소형이에요.) [작은 = nhỏ]

→

---

① Anh ấy siêu giàu.

② Điện thoại này siêu nhỏ.

Đâu có **đẹp.**

전혀 **예쁘지** 않아요.

① đâu có = ~가 결코 아니다, 전혀 ~가 없다 (부정 의사를 완강하게 표현)

Đâu có+동사·형용사. = 결코·전혀·절대 ~하지 않아요.

đẹp = 아름다운, 예쁜 → Đâu có đẹp. = 전혀 예쁘지 않아요.

② không이 쓰인 부정 표현 뒤에 đâu를 붙여 말해도 부정의 의미를 강조하는 뉘앙스를 갖게 됩니다.

(ex) Không phải đâu. = 전혀 맞지 않아요.

MP3 듣고 따라 말하며 세 번씩 써보기　　　　　　　　　　　　　　　⌒ mp3 093

① _____

② _____

③ _____

응용해서 써본 후 MP3 듣고 따라 말하기　　　　　　　　　　　　　　⌒ mp3 094

① 전혀 뚱뚱하지 않아요. [살찐, 뚱뚱한 = béo(북)/mập(남)]

→ _____

② 전혀 알지 못해요. (= 전혀 몰라요.) [알다 = biết]

→ _____

---

① Đâu có béo/mập.

② Đâu có biết.

Em ấy đã gây ra lỗi nhưng không hề biết xấu hổ.

걔는 잘못을 저질렀는데도 전혀 부끄러워할 줄 몰라요.

① không hề = 전혀·결코 ~하지 않다 (취하지 않는 행동·상태를 완강하게 표현)

  không hề biết+동사·형용사 = (전혀) ~하는 것을 알지 못하다 (= ~할 줄 모른다)

② gây ra(일으키다)+lỗi(과실·실수·잘못) = 잘못을 저지르다 / nhưng = 그런데, ~하지만

  xấu hổ = 부끄러워하다

  Em ấy đã gây ra lỗi nhưng không hề biết xấu hổ.

  = 걔는 잘못을 저질렀는데도 전혀 부끄러워할 줄 몰라요.

MP3 듣고 따라 말하며 세 번씩 써보기	🎧 mp3 095

①

②

③

응용해서 써본 후 MP3 듣고 따라 말하기	🎧 mp3 096

① 걔는 전혀 무서워할 줄 몰라요. [두려워하다, 무서워하다 = sợ]

  →

② 그는 일을 시작하면 끝낼 줄을 몰라요. [A하면 B하다 = khi A thì B, 멈추다 = ngừng]

  →

① Em ấy không hề biết sợ.

② Khi anh ấy bắt đầu làm việc thì không hề biết ngừng.

① 형용사 · 동사+gì mà+형용사 동사. = ~하긴 뭘 ~해!

→ 해당 사물, 행위, 성질이 '그렇지 아니하다'라는 것을 말할 때 사용할 수 있는 부정 강조 표현입니다.

② nhìn = (쳐다)보다 (*참고로 '보다'라는 뜻의 어휘로는 xem(영화 · 티비 등을 관람하다)과 ngắm(주목 · 주시하다)가 있으니 뉘앙스를 구분하여 알아두세요!)

Nhìn gì mà nhìn? = 보긴 뭘 봐! ('보지 않았다'는 부정의 뜻을 강조)

MP3 듣고 따라 말하며 세 번씩 써보기	🎧 mp3 097

①

②

③

응용해서 써본 후 MP3 듣고 따라 말하기	🎧 mp3 098

① 예쁘긴 뭐가 예뻐! [예쁜 = đẹp]

→

② 기쁘긴 뭐가 기뻐! [기쁜 = vui]

→

① Đẹp gì mà đẹp.

② Vui gì mà vui.

Món ăn này ngon ơi là ngon.

이 음식은 맛있어도 너무 맛있어요.

① ơi là = 정말 → 형용사+ơi là+형용사 = ~해도 너무 ~한

       (ex) cay ơi là cay = 매워도 너무 매운(맵디매운)

주어+형용사+ơi là+형용사. = 주어는 ~해도 너무 ~해요.

→ 어떤 대상의 성질·상태의 높은 정도를 강조하고 화자의 강한 감정을 나타냅니다.

② món ăn này = 이 음식 / ngon = 맛있는

   Món ăn này ngon ơi là ngon. = 이 음식은 맛있어도 너무 맛있어요.

MP3 듣고 따라 말하며 세 번씩 써보기　　　　　　　　　　　🎧 mp3 099

①

②

③

응용해서 써본 후 MP3 듣고 따라 말하기　　　　　　　　　　　🎧 mp3 100

① 그녀는 예뻐도 너무 예뻐요. [예쁜 = đẹp]

  →

② 이 상품은 비싸도 너무 비싸요. [이 상품 = sản phẩm này, 비싼 = đắt(북)/mắc(남)]

  →

---

① Chị ấy đẹp ơi là đẹp.

② Sản phẩm này đắt ơi là đắt/mắc.

Mỗi chung cư đều có nơi giữ xe.

아파트마다 주차장이 다 있어요.

① mỗi = 각각의, ~마다 / đều = 균등히, 모두·전부 다

   Mỗi+명사+đều+동사. = ~마다 (모두·전부) 다 ~해요.

   → 빠진 것 없이 전부를 아우를 때 사용할 수 있는 표현으로 đều가 함께 쓰여 의미가 강조되는 뉘앙스를 갖습니다.

② chung cư = 아파트 / nơi giữ xe = 주차장

   Mỗi chung cư đều có nơi giữ xe. = 아파트마다 주차장이 다 있어요.

MP3 듣고 따라 말하며 세 번씩 써보기	🎧 mp3 101

①

②

③

응용해서 써본 후 MP3 듣고 따라 말하기	🎧 mp3 102

① 회사마다 복사기가 다 있어요. [복사기 = máy photo]

   →

② 어학원마다 원어민 선생님이 다 있어요. [어학원 = trung tâm ngoại ngữ]

   →

---

① Mỗi công ty đều có máy photo.

② Mỗi trung tâm ngoại ngữ đều có giáo viên nước ngoài.

Thời gian trôi qua chậm thế.

시간이 더디 가네요.

① trôi qua = (시간이) 지나다, 흐르다

→ Thời gian trôi qua+형용사. = 시간이 ~하게 가네요.

chậm = 느린 / thế = 문미에 붙어 별도의 의미 없이 어떤 상태나 특징을 강조

Thời gian trôi qua chậm thế. = 시간이 느리게 가네요.(= 시간이 더디 가네요.)

② 'mới(비로소)'를 함께 써서 시간 경과 후 변화가 시작되는 상태를 강조할 수 있습니다.

(ex) Thời gian trôi qua tôi mới+동사. = 시간이 지나서야 저는 비로소 ~했어요.

MP3 듣고 따라 말하며 세 번씩 써보기　　　　　　　　　　🎧 mp3 103

①

②

③

응용해서 써본 후 MP3 듣고 따라 말하기　　　　　　　　　　🎧 mp3 104

① 시간이 빠르게 가네요. (= 시간이 잘 가네요.) [빠른 = nhanh]

→

② 시간이 지나서야 저는 비로소 이해했어요. [이해하다 = hiểu]

→

---

① Thời gian trôi qua nhanh thế.

② Thời gian trôi qua tôi mới hiểu.

01. 앞서 배운 내용 중 주요 문법 및 표현을 정리해 봅시다.

□ '상태 · 상황'을 강조하는 표현 총정리

표현	예문
hoàn toàn+동사·형용사 완전히 · 전적으로 ~하다	Anh ấy hoàn toàn quên chuyện đó rồi. 그는 그 일을 완전히 잊었어요.
siêu+형용사 완전(대단히) ~하다	Cái này siêu rẻ. 이건 완전 싸요.
Đâu có+동사·형용사. 결코 · 전혀 · 절대 ~하지 않다.	Đâu có đẹp. 전혀 예쁘지 않아요.
không hề biết+동사·형용사 (전혀) ~할 줄 모른다	Em ấy đã gây ra lỗi nhưng không hề biết xấu hổ. 걔는 잘못을 저질렀는데도 전혀 부끄러워할 줄 몰라요.
동사·형용사+gì mà+동사·형용사. ~하긴 뭘 ~해!	Nhìn gì mà nhìn. 보긴 뭘 봐!
형용사+ơi là+형용사 ~해도 너무 ~한	Món ăn này ngon ơi là ngon. 이 음식은 맛있어도 너무 맛있어요.
Mỗi+명사+đều+동사. ~마다 (모두 · 전부) 다 ~해요.	Mỗi chung cư đều có nơi giữ xe. 아파트마다 주차장이 다 있어요.
Thời gian trôi qua+형용사/문장. 시간이 ~하게 가네요. / 시간이 지나서야 ~했어요.	Thời gian trôi qua chậm thế. 시간이 더디 가네요. Thời gian trôi qua tôi mới hiểu. 시간이 지나서야 저는 비로소 이해했어요.

02. 아래의 한국어 문장들을 베트남어로 직접 작문해 보도록 하세요.　　　(정답 p.110)

① 그는 그 일을 완전히 잊었어요.

→

② 이건 완전 싸요.

→

③ 전혀 예쁘지 않아요.

→

④ 걔는 잘못을 저질렀는데도 전혀 부끄러워할 줄 몰라요.

→

⑤ 걔는 전혀 무서워할 줄 몰라요.

→

⑥ 보긴 뭘 봐!

→

⑦ 이 음식은 맛있어도 너무 맛있어요.

→

⑧ 아파트마다 주차장이 다 있어요.

→

⑨ 시간이 더디 가네요.

→

⑩ 시간이 지나서야 저는 비로소 이해했어요.

→

① Anh ấy hoàn toàn quên chuyện đó rồi.

② Cái này siêu rẻ.

③ Đâu có đẹp.

④ Em ấy đã gây ra lỗi nhưng không hề biết xấu hổ.

⑤ Em ấy không hề biết sợ.

⑥ Nhìn gì mà nhìn.

⑦ Món ăn này ngon ơi là ngon.

⑧ Mỗi chung cư đều có nơi giữ xe.

⑨ Thời gian trôi qua chậm thế.

⑩ Thời gian trôi qua tôi mới hiểu.

MEMO 틀린 문장이 있을 경우 아래에 몇 번씩 반복해서 써보세요.

CHAPTER 07

판단·의지, 행위·상황 강조하기

Đúng là anh ấy khéo tay.

역시 그는 손재주가 있어요.

① đúng = 올바른, 정확한, 딱 맞는 → Đúng là+문장. = 역시 ~해요.

→ 생각한 것이 맞거나 생각한 대로 상황이 이루어짐을 강조하는 뉘앙스의 표현입니다.

khéo tay = 솜씨 있는, 손재주가 있는 → Anh ấy khéo tay. = 그는 손재주가 있다.

Đúng là anh ấy khéo tay. 역시 그는 손재주가 있어요.

② 회화에서는 상대방의 말에 긍정하는 표현으로 đúng에 rồi를 붙여 'Đúng rồi.(맞아요.)'라
고 자주 말하니 알아 두면 좋겠죠?

MP3 듣고 따라 말하며 세 번씩 써보기	∩ mp3 105

①

②

③

응용해서 써본 후 MP3 듣고 따라 말하기	∩ mp3 106

① 역시 그는 매우 영리해요. [영리한, 똑똑한 = thông minh]

→

② 역시 (저는) 반품해야겠어요. [반품하다 = trả hàng]

→

① Đúng là anh ấy rất thông minh.

② Đúng là em sẽ trả hàng.

Thảo nào(Hèn chi) em ấy
nói nhiều hơn ngày bình thường.
어쩐지 걔가 평소보다 말이 많더라.

① Thảo nào · Hèn chi+문장. = 어쩐지 ~하더라.

→ 어떤 이유인지는 모르겠지만 평소와 다른 행동을 강조하는 뉘앙스의 표현입니다.

② hơn = ~보다 / ngày(날)+bình thường(통상의) = 여느 날, 평소

nói(말하다)+nhiều(많이) = 많이 말하다 (= 말이 많다)

Thảo nào(Hèn chi) em ấy nói nhiều hơn ngày bình thường.

= 어쩐지 걔가 평소보다 말이 많더라.

MP3 듣고 따라 말하며 세 번씩 써보기 🎧 mp3 107

①

②

③

응용해서 써본 후 MP3 듣고 따라 말하기 🎧 mp3 108

① 어쩐지 그는 조용하더라. [조용한 = im lặng]

→

② 어쩐지 요즘 걔가 수상하더라. [요즘 = dạo này, 이상한 = kỳ lạ]

→

---

① Thảo nào(Hèn chi) anh ấy im lặng.

② Thảo nào(Hèn chi) dạo này em ấy kỳ lạ.

DAY 055 ___월 ___일

Dù sao tôi cũng sẽ không từ bỏ.

어쨌든 나는 포기하지 않을 거야.

① dù sao = 어쨌든, 어차피 / cũng = 역시, ~도

Dù sao+tôi+cũng+동사. = 어쨌든 나도 ~해요. (통상적으로는 '어쨌든 나는 ~해요')

→ dù sao만으로도 의미는 통하지만 동사 앞에 부사 cũng을 넣어 말하는 것이 훨씬 자연스럽습니다.

② từ bỏ = 그만두다, 포기하다 → sẽ không từ bỏ = 포기하지 않을 것이다

Dù sao tôi cũng sẽ không từ bỏ. = 어쨌든 나는 포기하지 않을 거야.

MP3 듣고 따라 말하며 세 번씩 써보기   🎧 mp3 109

①

②

③

응용해서 써본 후 MP3 듣고 따라 말하기   🎧 mp3 110

① 어쨌든 나는 베트남어를 계속 공부할 거야. [계속 ~하다 = tiếp tục+동사]

→

② 어쨌든 나는 헤어지지 않을 거야. [헤어지다 = chia tay]

→

> ① Dù sao tôi cũng sẽ tiếp tục học tiếng Việt.
> ② Dù sao tôi cũng sẽ không chia tay.

114

Bất đắc dĩ có sự thay đổi.

부득이하게도 **변동이 있어요.**

① Bất đắc dĩ+동사. = 부득이하게도 · 어쩔 수 없이 ~해요.

 có(가지고 있다)+sự thay đổ(변동) = 변동이 있다

 Bất đắc dĩ <u>có sự thay đổi.</u> = 부득이하게도 **변동이 있어요.**

② bất đắc dĩ가 '명사 뒤'에 붙어 형용사적 용법으로 쓰일 땐 '<u>부득이한 · 어쩔 수 없는 ~</u>'로 해석
 합니다.

 (ex) <u>tình hình</u> bất đắt dĩ = 어쩔 수 없는 **상황**

MP3 듣고 따라 말하며 세 번씩 써보기	∩ mp3 111
①	
②	
③	

응용해서 써본 후 MP3 듣고 따라 말하기	∩ mp3 112

① 부득이하게도 저는 갈 수 없어요. [갈 수 없다 = không đến được]

 →

② 그것은 어쩔 수 없는 일입니다. [(한 가지) 일, 사항 = một việc]

 →

① Bất đắc dĩ là tôi không đến được.
② Đó là một việc bất đắc dĩ.

Tôi mới hiểu được ý của anh ấy.

저는 비로소 그의 의견을 이해했어요.

① mới는 아래와 같이 두 가지 용법으로 사용됩니다.

   [부사] mới+동사 = 방금(막)·비로소 ~했다 / [형용사] 명사+ mới = 새로운 ~

   → 생각보다 늦게 상황이 이루어졌을 때 mới 를 동사 앞에 붙여 말하면 '이제서야 막(방금) ~

   했다 → 비로소 ~했다'라고 해석 가능합니다.

② hiểu = 이해하다 / 동사+được = ~했다(행위의 결과를 나타냄) / ý(ý kiến) = 의견

   Tôi mới hiểu được ý của anh ấy. = 저는 비로소 그의 의견을 이해했어요.

MP3 듣고 따라 말하며 세 번씩 써보기	🎧 mp3 113

① _____

② _____

③ _____

응용해서 써본 후 MP3 듣고 따라 말하기	🎧 mp3 114

① 저는 비로소 그 사건에 대해 알았어요. [그 사건 = chuyện đó]

   → _____

② 저는 비로소 이 영화 내용을 이해했어요. [내용 = nội dung]

   → _____

① Tôi mới biết được về chuyện đó.
② Tôi mới hiểu được nội dung phim này.

Tôi sẽ quyết định cuối cùng.

제가 마지막으로 결정할게요.

① cuối cùng = 마지막으로, 마침내

Tôi+sẽ+동사+cuối cùng. = 제가 마지막으로 ~할게요.

→ 일상에서 자주 쓰이는 cuối cùng은 cuối(끝)와 한자어 cùng(다할 궁, 窮)이 결합된
어휘로 시간상이나 순서상의 맨 끝을 나타냅니다.

② quyết định = 결정하다

Tôi sẽ quyết định cuối cùng. = 제가 마지막으로 결정할게요.

MP3 듣고 따라 말하며 세 번씩 써보기　　　　　　　　🎧 mp3 115

①

②

③

응용해서 써본 후 MP3 듣고 따라 말하기　　　　　　　　🎧 mp3 116

① 제가 마지막으로 정리할게요. [정리하다 = sắp xếp]

→

② 제가 마지막으로 발표할게요. [발표하다 = phát biểu]

→

---

① Tôi sẽ sắp xếp lại cuối cùng.
② Tôi sẽ phát biểu cuối cùng.

Tôi sẽ tiếp tục học tiếng Việt.

저는 계속 베트남어를 공부할 거예요.

① tiếp tục = 계속하다

주어+sẽ tiếp tục. = 주어는 계속할 거예요.

주어+sẽ tiếp tục+동사. = 주어는 계속 ~할 거예요.

→ 어떤 행위를 멈추지 않고 지속하겠다는 의지 및 행위를 강조하는 뉘앙스를 갖습니다.

② học tiếng Việt = 베트남어를 공부하다

Tôi sẽ tiếp tục học tiếng Việt. = 저는 계속 베트남어를 공부할 거예요.

MP3 듣고 따라 말하며 세 번씩 써보기	🎧 mp3 117

①

②

③

응용해서 써본 후 MP3 듣고 따라 말하기	🎧 mp3 118

① 저는 계속 여기에서 일할 거예요. [일하다 = làm việc, 여기에서 = ở đây]

→

② 저는 계속 그를 만날 거예요. [만나다 = gặp]

→

---

① Tôi sẽ tiếp tục làm việc ở đây.

② Tôi sẽ tiếp tục gặp anh ấy.

Tôi liên lạc mãi mà sao anh không nghe máy?

제가 계속 연락했는데 왜 전화를 받지 않나요?

① mãi = 계속 (*mãi mãi = 계속계속 → 영원히)

주어+동사+mãi. = 주어는 계속 ~해요.

→ 앞서 tiếp tục은 '동사'로 쓰인 반면 mãi는 '부사'로 쓰여 동사 뒤에 붙여 말합니다.

② liên lạc = 연락하다 / mà = ~하는데 / sao = 왜 / nghe máy = 전화를 받다

Tôi liên lạc mãi mà sao anh không nghe máy?

= 제가 계속 연락했는데 왜 (당신은) 전화를 받지 않나요?

MP3 듣고 따라 말하며 세 번씩 써보기   🎧 mp3 119

①

②

③

응용해서 써본 후 MP3 듣고 따라 말하기   🎧 mp3 120

① 제가 계속 연락했는데 왜 (당신은) 응답이 없어요? [응답하다 = trả lời, 문미조사 = vậy]

→

② 제가 계속 물었는데 왜 (당신은) 아무 말도 안 해요? [묻다 = hỏi, 아무것 = gì cả]

→

---

① Tôi liên lạc mãi mà sao anh không trả lời vậy?

② Tôi hỏi mãi mà sao anh không nói gì cả vậy?

Anh ấy lại làm ra vẻ tội nghiệp.

그는 계속 불쌍한 척해요.

① lại = 또다시 · 거듭 / làm = 하다 / ra vẻ = ~하는 체하다 · 척하다

주어+lại làm ra vẻ+동사 · 형용사. = 주어는 계속 ~한 척해요.

→ 어떤 상대가 잇따라 거짓으로 그럴듯하게 꾸미는 행동이나 상태를 강조하는 뉘앙스를 갖습니다.

② tội nghiệp = 가여운, 불쌍한

Anh ấy lại làm ra vẻ tội nghiệp. = 그는 계속 불쌍한 척해요.

MP3 듣고 따라 말하며 세 번씩 써보기　　　　　　　　　　　　　🎧 mp3 121

①

②

③

응용해서 써본 후 MP3 듣고 따라 말하기　　　　　　　　　　　　🎧 mp3 122

① 그는 계속 부자인 척해요. [부자인 = giàu]

→

② 그는 계속 잘생긴 척해요. [잘생긴 = đẹp trai]

→

---

① Anh ấy lại làm ra vẻ giàu.

② Anh ấy lại làm ra vẻ đẹp trai.

Dạo này tôi đang giảm cân mà.

요즘 저는 다이어트 중이잖아요.

① 문장+mà. = ~잖아요.

→ mà를 문장 끝에 붙여 말하면 앞에서 언급한 내용을 강조하거나 상대방의 말에 변명·반

박·설득하는 뉘앙스를 갖게 되어 '~잖아요'라는 어감으로 표현됩니다.

② giảm(줄이다, 감소시키다)+cân(무게, 체중) = 몸무게를 줄이다 (→ 다이어트하다)

(*ăn(먹다)+kiêng(피하다, 삼가다) = 먹는 것을 삼가다 → 다이어트하다)

Dạo này tôi đang giảm cân mà. = 요즘 저는 다이어트 중이잖아요.

MP3 듣고 따라 말하며 세 번씩 써보기   🎧 mp3 123

①

②

③

응용해서 써본 후 MP3 듣고 따라 말하기   🎧 mp3 124

① 요즘 저는 베트남어를 열심히 공부하고 있잖아요. [열심히 = chăm chỉ]

   →

② 요즘 저는 베트남에서 일하잖아요. [~에서 일하다 = làm việc ở]

   →

---

① Dạo này tôi đang học tiếng Việt chăm chỉ mà.

② Dạo này tôi làm việc ở Việt Nam mà.

01. 앞서 배운 내용 중 주요 문법 및 표현을 정리해 봅시다.

☐ '판단 · 의지, 행위 · 상황'을 강조하는 표현 총정리

표현	예문
Đúng là+문장. 역시 ~해요.	Đúng là anh ấy khéo tay. 역시 그는 손재주가 있어요.
Thảo nào · Hèn chi+문장. 어쩐지 ~하더라.	Thảo nào(Hèn chi) em ấy nói nhiều hơn ngày bình thường. 어쩐지 걔가 평소보다 말이 많더라.
Dù sao+tôi+cũng+동사. 어쨌든 나는 ~해요.	Dù sao tôi cũng sẽ không từ bỏ. 어쨌든 나는 포기하지 않을 거야.
Bất đắc dĩ+동사. 부득이하게도 · 어쩔 수 없이 ~해요.	Bất đắc dĩ có sự thay đổi. 부득이하게도 변동이 있어요.
Tôi+mới+동사. 저는 비로소 ~했어요.	Tôi mới hiểu được ý của anh ấy. 저는 비로소 그의 의견을 이해했어요.
Tôi+sẽ+동사+cuối cùng. 제가 마지막으로 ~할게요.	Tôi sẽ quyết định cuối cùng. 제가 마지막으로 결정할게요.
주어+sẽ tiếp tục+동사. 주어는 계속 ~할 거예요.	Tôi sẽ tiếp tục học tiếng Việt. 저는 계속 베트남어를 공부할 거예요.
주어+동사+mãi. 주어는 계속 ~해요.	Tôi liên lạc mãi mà sao anh không nghe máy? 제가 계속 연락했는데 왜 전화를 받지 않나요?
주어+lại làm ra vẻ+동사 · 형용사. 주어는 계속 ~한 척해요.	Anh ấy lại làm ra vẻ tội nghiệp. 그는 계속 불쌍한 척해요.
문장+mà. ~잖아요.	Dạo này tôi đang giảm cân mà. 요즘 저는 다이어트 중이잖아요.

02. 아래의 한국어 문장들을 베트남어로 직접 작문해 보도록 하세요.　　　(정답 p.124)

① 역시 그는 손재주가 있어요.

→

② 어쩐지 걔가 평소보다 말이 많더라.

→

③ 어쨌든 나는 포기하지 않을 거야.

→

④ 부득이하게도 변동이 있어요.

→

⑤ 저는 비로소 그의 의견을 이해했어요.

→

⑥ 제가 마지막으로 결정할게요.

→

⑦ 저는 계속 베트남어를 공부할 거예요.

→

⑧ 제가 계속 연락했는데 왜 전화를 받지 않나요?

→

⑨ 그는 계속 불쌍한 척해요.

→

⑩ 요즘 저는 다이어트 중이잖아요.

→

① Đúng là anh ấy khéo tay.

② Thảo nào(Hèn chi) em ấy nói nhiều hơn ngày bình thường.

③ Dù sao tôi cũng sẽ không từ bỏ.

④ Bất đắc dĩ có sự thay đổi.

⑤ Tôi mới hiểu được ý của anh ấy.

⑥ Tôi sẽ quyết định cuối cùng.

⑦ Tôi sẽ tiếp tục học tiếng Việt.

⑧ Tôi liên lạc mãi mà sao anh không nghe máy?

⑨ Anh ấy lại làm ra vẻ tội nghiệp.

⑩ Dạo này tôi đang giảm cân mà.

MEMO 틀린 문장이 있을 경우 아래에 몇 번씩 반복해서 써보세요.

CHAPTER 08

인과 관계·변화 말하기

Do ngoại hình nên tôi đã trượt phỏng vấn.

외모 때문에 면접에서 떨어졌어요.

---

① do = 왜냐하면 ~때문에 / nên = 그러므로, 그래서, ~해서

Do+A(원인)+nên+B(결과). = A 때문에 (그래서) B해요.

→ 위의 표현은 주로 부정적인 인과 관계를 말할 때 사용합니다.

② ngoại hình = 외모 / trượt = 떨어지다 / phỏng vấn = 면접, 인터뷰하다

Do ngoại hình nên <u>tôi đã trượt phỏng vấn</u>.

= 외모 때문에 <u>(저는) 면접에서 떨어졌어요</u>.

MP3 듣고 따라 말하며 세 번씩 써보기	🎧 mp3 125

①

②

③

응용해서 써본 후 MP3 듣고 따라 말하기	🎧 mp3 126

① 나이 때문에 (저는) 면접에서 떨어졌어요. [나이 = tuổi tác]

→

② 코로나 19 때문에 경제적으로는 큰 피해를 입었어요. [큰 피해를 입다 = bị thiệt hại lớn]

→

---

① Do tuổi tác nên tôi đã trượt phỏng vấn.

② Do COVID 19 nên nền kinh tế bị thiệt hại lớn.

Nhờ cô giáo tiếng Việt mà tôi có thể nói tiếng Việt giỏi.

베트남어 선생님 덕분에 저는 베트남어를 잘 말할 수 있어요.

① nhờ = ~덕분에 · 덕택에 / mà = 그래서 (*역접 관계를 나타낼 땐 '그러나'를 뜻함)

Nhờ+A(원인)+mà+B(결과). = A 덕분에 (그래서) B해요.

→ 위의 표현은 긍정적인 인과 관계를 나타내며, mà는 nên과 유사하게 쓰였습니다.

② cô giáo = 여자 교사(↔ thầy giáo = 남자 교사) / có thể+동사 = ~할 수 있다

Nhờ cô giáo tiếng Việt mà tôi có thể nói tiếng Việt giỏi.

= 베트남어 선생님 덕분에 저는 베트남어를 잘 말할 수 있어요.

MP3 듣고 따라 말하며 세 번씩 써보기 🎧 mp3 127

① _____

② _____

③ _____

응용해서 써본 후 MP3 듣고 따라 말하기 🎧 mp3 128

① 그녀 덕분에 저는 중요한 정보들을 알게 되었어요. [정보들 = những thông tin]

→ _____

② 그 (남자) 선생님 덕분에 베트남어를 유창하게 말할 수 있어요. [유창한 = lưu loát]

→ _____

---

① Nhờ cô ấy mà tôi biết những thông tin quan trọng.

② Nhờ thầy giáo ấy mà tôi có thể nói tiếng Việt lưu loát.

Vì tôi phải đi công tác ở Việt Nam

nên phải học tiếng Việt chăm chỉ.

저는 베트남에 출장을 가야 하기 때문에 베트남어를 열심히 공부해야 해요.

① 챕터 2에서 배운 'vì(~때문에)'를 'nên'과 함께 써서 아래와 같이 표현할 수 있습니다.

Vì+A(원인)+nên+B(결과). = A하기 때문에 B해요. (= A해서 B해요.)

→ 원인문과 결과문의 주어가 동일할 경우 주어 하나는 생략 가능합니다.

② phải = ~해야만 한다 / đi công tác = 출장가다 / chăm chỉ = 열심히 하는

Vì tôi phải đi công tác ở Việt Nam nên phải học tiếng Việt chăm chỉ.

= 저는 베트남에 출장을 가야 하기 때문에 베트남어를 열심히 공부해야 해요.

MP3 듣고 따라 말하며 세 번씩 써보기	∩ mp3 129

①

②

③

응용해서 써본 후 MP3 듣고 따라 말하기	∩ mp3 130

① 제가 사고를 당했기 때문에 일을 할 수 없어요. [사고를 당하다 = bị tai nạn]

→

② 그가 바람을 피워서 저는 그와 헤어지기로 결정했어요. [바람을 피우다 = ngoại tình]

→

① Vì tôi bị tai nạn nên không làm việc được.

② Vì anh ấy ngoại tình nên tôi định chia tay với anh ấy.

Dạo này nhiều tập đoàn đang đầu tư vào Việt Nam

thế nên tôi muốn học tiếng Việt.

요즘 많은 기업이 베트남에 투자하고 있어서 베트남어를 공부하고 싶어요.

① A(원인)+thế nên+B(결과). = A해서 B해요.

→ 이외 인과 관계를 나타내는 접속사로는 cho nên, vậy nên 등 다양하게 있습니다.

② dạo này = 요즘 / nhiều tập đoàn = 많은 기업 / đầu tư vào = ~에 투자하다

Dạo này nhiều tập đoàn đang đầu tư vào Việt Nam thế nên tôi muốn

học tiếng Việt.

= 요즘 많은 기업이 베트남에 투자하고 있어서 (저는) 베트남어를 공부하고 싶어요.

MP3 듣고 따라 말하며 세 번씩 써보기 　🎧 mp3 131

①

②

③

응용해서 써본 후 MP3 듣고 따라 말하기 　🎧 mp3 132

① 요즘은 취직하기 어려워서 취업 서류 준비를 잘(진짜 정성 들여) 해야만 해요.

→

② 요즘은 구직하는 게 힘들어서 외국어를 공부해야 해요. [구직하다 = tìm việc]

→

---

① Dạo này khó xin việc thế nên phải chuẩn bị hồ sơ xin việc thật kỹ.

② Dạo này khó tìm việc thế nên phải học ngoại ngữ.

Sở dĩ lấy được chứng chỉ là vì tôi đã học chăm chỉ.

내가 자격증을 취득할 수 있었던 것은 공부를 열심히 했기 때문이야.

① sở dĩ = ~하는 것은 ~ 때문이다 / là(이다)+vì(~때문에) = ~한 이유이다

   Sở dĩ+A(결과)+là vì+B(원인). = A한 것은 B 때문이다.

   → sở dĩ를 단독으로 사용하기보단 là vì와 함께 많이 쓰입니다.

② lấy(취하다)+được(할 수 있다)+chứng chỉ(자격증) = 자격증을 취득할 수 있다

   Sở dĩ (tôi) lấy được chứng chỉ là vì tôi đã học chăm chỉ.

   = 내가 자격증을 취득할 수 있었던 것은 <u>공부를 열심히 했기</u> 때문이야.

MP3 듣고 따라 말하며 세 번씩 써보기	🎧 mp3 133

① _____

② _____

③ _____

응용해서 써본 후 MP3 듣고 따라 말하기	🎧 mp3 134

① 대학에 들어간 것은 어머니가 항상 나를 믿어주셨기 때문이야. [믿다 = tin]

   → _____

② 내가 먹지 않는 것은 살찌는 게 두려워서야. [두려워하다 = sợ, 살찌다 = béo ra]

   → _____

---

① Sở dĩ vào đại học là vì mẹ đã luôn luôn tin tôi.

② Sở dĩ tôi không ăn là vì sợ béo ra.

Tôi đã trải qua nhiều việc nên

bây giờ tôi đã trở nên mạnh mẽ.

많은 일을 겪어서 지금 저는 강인해졌어요.

① 어떤 것이 변화하여 다른 것이 될 경우 아래와 같이 구분하여 사용할 수 있습니다.

　　trở nên+형용사 = ~해지다 (ex) trở nên đẹp = 예뻐지다

　　trở thành+명사 = ~이 되다 (ex) trở thành ca sĩ = 가수가 되다

② trải qua nhiều việc. = 많은 일을 겪다 / nên = ~해서 / mạnh mẽ = 강인한

　　Tôi đã trải qua nhiều việc nên bây giờ tôi đã trở nên mạnh mẽ.

　　= (저는) 많은 일을 겪어서 지금 저는 강인해졌어요.

MP3 듣고 따라 말하며 세 번씩 써보기　　🎧 mp3 135

①

②

③

응용해서 써본 후 MP3 듣고 따라 말하기　　🎧 mp3 136

① 저는 성형수술을 해서 더 예뻐졌어요. [성형수술 = phẫu thuật thẩm mỹ]

　　→

② 그 회사에서 일한 후로 그는 성격이 급해졌어요. [성질이 급한 = nóng nảy]

　　→

---

① Tôi đã phẫu thuật phẩm mỹ nên tôi đã trở nên đẹp hơn.

② Sau khi làm việc ở công ty ấy, anh ấy đã trở nên nóng nảy.

01. 앞서 배운 내용 중 주요 문법 및 표현을 정리해 봅시다.

☐ '인과 관계 · 변화'를 설명하는 표현 총정리

표현	예문
Do+A(원인)+nên+B(결과). A 때문에 B해요.	Do ngoại hình nên tôi đã trượt phỏng vấn. 외모 때문에 면접에서 떨어졌어요.
Nhờ+A(원인)+mà+B(결과). A 덕분에 B해요.	Nhờ cô giáo tiếng Việt mà tôi có thể nói tiếng Việt giỏi. 베트남어 선생님 덕분에 저는 베트남어를 잘 말할 수 있어요.
Vì+A(원인)+nên+B(결과). A하기 때문에/A해서 B해요.	Vì tôi phải đi công tác ở Việt Nam nên phải học tiếng Việt chăm chi. 저는 베트남에 출장을 가야 하기 때문에 베트남어를 열심히 공부해야 해요.
A(원인)+thế nên+B(결과). A해서 B해요.	Dạo này nhiều tập đoàn đang đầu tư vào Việt Nam thế nên tôi muốn học tiếng Việt. 요즘 많은 기업이 베트남에 투자하고 있어서 베트남어를 공부하고 싶어요.
Sở dĩ+A(원인)+là vì+B(결과). A한 것은 B 때문이에요.	Sở dĩ lấy được chứng chỉ là vì tôi đã học chăm chi. 내가 자격증을 취득할 수 있었던 것은 공부를 열심히 했기 때문이야.
trở nên+형용사 ~해지다	Tôi đã trải qua nhiều việc nên bây giờ tôi đã trở nên mạnh mẽ. 많은 일을 겪어서 지금 저는 강인해졌어요.

02. 아래의 한국어 문장들을 베트남어로 직접 작문해 보도록 하세요.　(정답 p.134)

① 외모 때문에 (저는) 면접에서 떨어졌어요.

→

② 코로나 19 때문에 경제적으로는 큰 피해를 입었어요.

→

③ 베트남어 선생님 덕분에 저는 베트남어를 잘 말할 수 있어요.

→

④ 그녀 덕분에 저는 중요한 정보들을 알게 되었어요.

→

⑤ 저는 베트남에 출장을 가야 하기 때문에 베트남어를 열심히 공부해야 해요.

→

⑥ 제가 사고를 당했기 때문에 일을 할 수 없어요.

→

⑦ 요즘 많은 기업이 베트남에 투자하고 있어서 (저는) 베트남어를 공부하고 싶어요.

→

⑧ 요즘은 구직하는 게 힘들어서 외국어를 공부해야 해요.

→

⑨ 내가 자격증을 취득할 수 있었던 것은 공부를 열심히 했기 때문이야.

→

⑩ 많은 일을 겪어서 지금 저는 강인해졌어요.

→

① Do ngoại hình nên tôi đã trượt phỏng vấn.

② Do COVID 19 nên nền kinh tế bị thiệt hại lớn.

③ Nhờ cô giáo tiếng Việt mà tôi có thể nói tiếng Việt giỏi.

④ Nhờ cô ấy mà tôi biết những thông tin quan trọng.

⑤ Vì tôi phải đi công tác ở Việt Nam nên phải học tiếng Việt chăm chỉ.

⑥ Vì tôi bị tai nạn nên không làm việc được.

⑦ Dạo này nhiều tập đoàn đang đầu tư vào Việt Nam thế nên tôi
   muốn học tiếng Việt.

⑧ Dạo này khó tìm việc thế nên phải học ngoại ngữ.

⑨ Sở dĩ lấy được chứng chỉ là vì tôi đã học chăm chỉ.

⑩ Tôi đã trải qua nhiều việc nên bây giờ tôi đã trở nên mạnh mẽ.

MEMO 틀린 문장이 있을 경우 아래에 몇 번씩 반복해서 써보세요.

CHAPTER 09

가정·조건
말하기

Nếu có nhiều thời gian
thì tôi muốn đi du lịch vòng quanh thế giới.
만약 시간이 많다면 저는 세계 일주를 가고 싶어요.

① nếu = 만약 ~면 / thì = ~라면, 그러면

Nếu+A(가정)+thì+B(결과). = (만약) A한다면 B한다.

② có(가지다)+nhiều thời gian(많은 시간) = 많은 시간을 가지다 (→ 시간이 많다)

đi du lịch(여행가다)+vòng quanh thế giới(세계 일주) = 세계 일주를 가다

Nếu có nhiều thời gian thì tôi muốn đi du lịch vòng quanh thế giới.

= 만약 시간이 많다면 저는 세계 일주를 가고 싶어요.(*중복되는 주어 하나는 생략 가능)

MP3 듣고 따라 말하며 세 번씩 써보기   🎧 mp3 137

① _____

② _____

③ _____

응용해서 써본 후 MP3 듣고 따라 말하기   🎧 mp3 138

① 만약 돈이 많다면 저는 강남에 건물을 사고 싶어요. [건물을 사다 = mua tòa nhà]

→ _____

② 내가 열심히 공부하지 않으면 어머니께서 슬퍼하실 거야. [열심히 하는 = chăm chỉ]

→ _____

---

① Nếu có nhiều tiền thì tôi muốn mua tòa nhà ở Gang Nam.

② Nếu tôi không học chăm chỉ thì mẹ tôi sẽ buồn.

Tôi sẽ gặp anh, miễn là

anh hứa làm những điều kiện này.

이 조건들을 약속한다면 당신을 만날게요.

① miễn là = (만약) ~하는 한, ~하기만 한다면

　A(결과), miễn là+B(조건). = B한다면 A하겠다. (조건문 먼저 해석에 유의!)

② sẽ = ~할 것이다 / gặp = 만나다 / hứa(약속하다)+làm(행하다)+những điều kiện

　này(이 조건들) = 이 조건들을 (행하기를) 약속하다

　Tôi sẽ gặp anh, miễn là anh hứa làm những điều kiện này.

　= (당신이) 이 조건들을 약속한다면 (저는) 당신을 만날게요.

MP3 듣고 따라 말하며 세 번씩 써보기　　　　　　　　　　　　🎧 mp3 139

① _____

② _____

③ _____

응용해서 써본 후 MP3 듣고 따라 말하기　　　　　　　　　　　🎧 mp3 140

① 사생활을 보장해 준다면 (저는) 일할게요. [사생활 = quyền riêng tư]

　→ _____

② (자녀에게) 베트남어를 공부하면 엄마가 태블릿을 사 줄게. [태블릿 = máy tính bảng]

　→ _____

---

① Em sẽ làm việc, miễn là đảm bảo quyền riêng tư.

② Mẹ sẽ mua máy tính bảng cho, miễn là con học tiếng Việt.

Hễ em nói thì anh luôn luôn thấy chán mà.

내가 말만 하면 당신은 지루해 하잖아요.

① Hễ+A(조건)+thì+B(결과)+mà. = A하기만 하면 B하잖아요.

→ hễ(~면, ~할 때마다)는 thì와 함께 쓰여 조건에 대한 결과가 반복적으로 일어남을 표현합니다.

② nói = 말하다 / luôn luôn = 항상 / thấy(느끼다)+chán(지루한) = 지루해 하다

Hễ em nói thì anh luôn luôn thấy chán mà.

= 내가 말만 하면 당신은 지루해 하잖아요.

MP3 듣고 따라 말하며 세 번씩 써보기　　　　　　　　　　🎧 mp3 141

①

②

③

응용해서 써본 후 MP3 듣고 따라 말하기　　　　　　　　　　🎧 mp3 142

① 당신은 술만 마시면 연락이 안되잖아요. [연락하다 = liên lạc]

→

② 그 교수님의 강의를 듣기만 하면 나는 항상 졸려. [강의를 듣다 = nghe bài giảng]

→

---

① Hễ anh uống rượu thì không liên lạc được mà.

② Hễ nghe bài giảng của cô ấy thì tôi luôn luôn buồn ngủ.

Khi có thời gian nhàn rỗi thì anh thường làm gì?

여가 시간이 있을 때 당신은 보통 무엇을 해요?

① Khi+A(조건: 시점)+thì+B(결과: 행위) = A할 때(면) B하다

  → 어떤 시점에 하는 행위를 말할 때 쓰는 표현으로 thì 대신 콤마(,)를 써도 무방합니다.

② có(가지다)+thời gian(시간)+nhàn rỗi(여유로운) = 여가 시간이 있다

  Anh thường làm gì? = 당신은 보통 무엇을 해요?

  Khi có thời gian nhàn rỗi thì anh thường làm gì?

  = 여가 시간이 있을 때 당신은 보통 무엇을 해요?

MP3 듣고 따라 말하며 세 번씩 써보기	🎧 mp3 143

①

②

③

응용해서 써본 후 MP3 듣고 따라 말하기	🎧 mp3 144

① 슬플 때 저는 보통 술을 마셔요. [술을 마시다 = uống rượu].

  →

② (thì 대신 콤마 사용) 여가 시간이 있을 때 저는 보통 집에서 영화를 봐요.

  →

---

① Khi buồn thì tôi thường uống rượu.

② Khi có thời gian nhàn rỗi, tôi thường xem phim ở nhà.

Tôi sẽ dạy tiếng Việt cho anh,
thay vào đó anh dạy tiếng Hàn cho tôi nhé.
제가 영어를 가르쳐 주는 대신 제게 한국어를 가르쳐 주세요.

① A(조건), thay vào đó+B(요구하는 것). = A하는 대신(에) B(를 요구)하다.

→ 문미에 nhé를 붙여 말하면 부드러운 어조로 제안하거나 권유하는 표현이 됩니다.

② dạy+가르치는 것+cho+대상 = ~에게 ~을 가르치다

Tôi sẽ dạy tiếng Việt cho anh, thay vào đó anh dạy tiếng Hàn cho tôi nhé.

= 제가 (당신에게) 영어를 가르쳐 주는 대신 (당신은) 제게 한국어를 가르쳐 주세요.

MP3 듣고 따라 말하며 세 번씩 써보기	🎧 mp3 145

①

②

③

응용해서 써본 후 MP3 듣고 따라 말하기	🎧 mp3 146

① (친구에게) 내가 청소를 해주는 대신 무언가를 선물해 줘. [무언가 = cái gì đó]

→

② (자녀에게) 엄마가 핸드폰을 사 주는 대신 열심히 공부해야 해. [사다 = mua]

→

---

① Tôi sẽ dọn dẹp cho bạn, thay vào đó bạn tặng cho cái gì đó nhé.

② Mẹ sẽ mua cho điện thoại, thay vào đó con phải học chăm chỉ.

01. 앞서 배운 내용 중 주요 문법 및 표현을 정리해 봅시다.

☐ '가정 · 조건'을 나타내는 표현 총정리

표현	예문
Nếu+A(가정)+thì+B(결과). **(만약) A한다면 B한다.**	Nếu có nhiều thời gian thì tôi muốn đi du lịch vòng quanh thế giới. 만약 시간이 많다면 저는 세계 일주를 가고 싶어요.
A(결과), miễn là+B(조건). **B한다면 A하겠다.**	Tôi sẽ gặp anh, miễn là anh hứa làm những điều kiện này. 이 조건들을 약속한다면 당신을 만날게요.
Hễ+A(조건)+thì+B(결과)+mà. **A하기만 하면 B하잖아요.**	Hễ em nói thì anh luôn luôn thấy chán mà. 내가 말만 하면 당신은 지루해 하잖아요.
Khi+A(조건: 시점)+thì +B(결과: 행위). **A할 때(면) B하다.**	Khi có thời gian nhàn rỗi thì anh thường làm gì? 여가 시간이 있을 때 당신은 보통 무엇을 해요?
A(조건), thay vào đó +B(요구하는 것). **A하는 대신(에) B(를 요구)하다.**	Tôi sẽ dạy tiếng Việt cho anh, thay vào đó anh dạy tiếng Hàn cho tôi nhé. 제가 영어를 가르쳐 주는 대신 제게 한국어를 가르쳐 주세요.

02. 아래의 한국어 문장들을 베트남어로 직접 작문해 보도록 하세요.　　　(정답 p.143)

① 만약 시간이 많다면 저는 세계 일주를 가고 싶어요.

　→

② 만약 돈이 많다면 저는 강남에 건물을 사고 싶어요.

　→

③ (당신이) 이 조건들을 약속한다면 (저는) 당신을 만날게요.

　→

④ 사생활을 보장해 준다면 (저는) 일할게요.

　→

⑤ 내가 말만 하면 당신은 지루해 하잖아요.

　→

⑥ 당신은 술만 마시면 연락이 안되잖아요.

　→

⑦ 여가 시간이 있을 때 당신은 보통 무엇을 해요?

　→

⑧ 슬플 때 저는 보통 술을 마셔요.

　→

⑨ 제가 영어를 가르쳐 주는 대신 제게 한국어를 가르쳐 주세요.

　→

⑩ (친구에게) 내가 청소를 해주는 대신 무언가를 선물해 줘.

　→

① Nếu có nhiều thời gian thì tôi muốn đi du lịch vòng quanh thế giới.

② Nếu có nhiều tiền thì tôi muốn mua tòa nhà ở Gang Nam.

③ Tôi sẽ gặp anh, miễn là anh hứa làm những điều kiện này.

④ Em sẽ làm việc miễn là đảm bảo quyền riêng tư.

⑤ Hễ em nói thì anh luôn luôn thấy chán mà.

⑥ Hễ anh uống rượu thì không liên lạc được mà.

⑦ Khi có thời gian nhàn rỗi thì anh thường làm gì?

⑧ Khi buồn thì tôi thường uống rượu.

⑨ Tôi sẽ dạy tiếng Việt cho anh, thay vào đó anh dạy tiếng Hàn cho

tôi nhé.

⑩ Tôi sẽ dọn dẹp cho bạn, thay vào đó bạn tặng cho cái gì đó nhé.

MEMO 틀린 문장이 있을 경우 아래에 몇 번씩 반복해서 써보세요.

CHAPTER 10

이유·시기·방법
묻기

Tôi đã giải thích rồi mà sao anh vẫn không hiểu?

제가 설명했는데 왜 아직도 이해하지 못하죠?

① mà = ~하지만, ~하는데 (앞·뒤 문장이 역접 관계를 이룸) / sao = 왜, 어째서

A(사실)+mà sao+B(부합하지 않는 상황)? = A한데 왜 B한가요?

→ 역접 관계를 나타내는 mà와 유사한 표현으로는 nhưng, nhưng mà가 있습니다.

② giải thích = 설명하다 / vẫn = 여전히, 아직도 / không hiểu = 이해하지 못하다

Tôi đã giải thích rồi mà sao anh vẫn không hiểu?

= 제가 (이미) 설명했는데 왜 (당신은) 아직도 이해하지 못하죠?

MP3 듣고 따라 말하며 세 번씩 써보기　　　　　　　　　　　　🎧 mp3 147

①

②

③

응용해서 써본 후 MP3 듣고 따라 말하기　　　　　　　　　　🎧 mp3 148

① 우리 (이미) 공부했는데 왜 여러분은 여전히 이해하지 못하죠? [우리 = chúng ta]

　→

② 방금 밥 먹었는데 왜 (넌) 또 배고파하니? [방금 = lúc nãy]

　→

① Chúng ta học rồi mà sao các bạn vẫn chưa hiểu?

② Lúc nãy ăn cơm rồi mà sao em lại đói bụng?

Nói đùa thôi mà sao nhạy cảm thế?

농담했을 뿐인데 왜 이렇게 예민해?

① thôi = 단지 ~일 뿐이다

A(사실)+thôi mà sao+B(부합하지 않는 상황)? = A할 뿐인데 왜 이렇게 B해요?

② nói đùa = 농담하다 / nhạy cảm = 예민한, 민감한 / thế = 문미에 붙어 별도의 뜻 없

이 행위나 상태를 강조하면서 자연스러운 억양을 나타냄 (*북부: thế, 남부: vậy)

Nói đùa thôi mà sao nhạy cảm thế?

= 농담했을 뿐인데 왜 이렇게 예민해?

MP3 듣고 따라 말하며 세 번씩 써보기 ◯ mp3 149

① _____

② _____

③ _____

응용해서 써본 후 MP3 듣고 따라 말하기 ◯ mp3 150

① 우린 단지 남매일 뿐인데 왜 이렇게 오버해요? [지나친, 오버하는 = quá đáng]

→ _____

② (저는) 제 의견을 말했을 뿐인데 왜 이렇게 몹시 화를 내요? [의견 = ý kiến]

→ _____

> ① Chúng ta chỉ là anh em thôi mà sao quá đáng như thế?
>
> ② Em chỉ nói ý kiến của mình thôi mà sao giận quá thế?

Tại sao **anh nói** như vậy?

왜 **당신은** 그렇게 **말해요?**

① tại sao = 왜 (sao가 더 강조된 표현) / như vậy = 그(이)처럼, 그(이)렇게

Tại sao+주어+동사+như vậy? = 왜 주어는 그렇게 · 이렇게 ~해요?

→ tại sao 와 동일한 뜻의 표현으로는 vì sao가 있으며, như vậy와 동일한 뜻의 표현으로는 như thế 가 있습니다.

② nói = 말하다

Tại sao **anh** <u>nói</u> như vậy? = 왜 당신은 <u>그렇게</u> <u>말해요?</u>

MP3 듣고 따라 말하며 세 번씩 써보기	🎧 mp3 151
①	
②	
③	

응용해서 써본 후 MP3 듣고 따라 말하기	🎧 mp3 152

① 왜 당신은 그렇게 일해요?

→

② 왜 너는 이렇게 공부하니?

→

> ① Tại sao anh làm việc như vậy?
> ② Tại sao em học như vậy?

Anh có biết tại sao em ghét chị ấy không?

당신은 왜 내가 그녀를 싫어하는지 알아요?

① 주어+có ~ không? = 주어는 ~해요? (의문문의 기본형)

주어+có biết ~ không? = 주어는 ~ 알아요? (*có는 생략 가능)

주어+(có) biết tại sao ~ không? = 주어는 왜 ~하는지 알아요?

② em = 여성이 남편·남자 친구에게 자신을 지칭하는 말 / ghét = 싫어하다, 미워하다

Anh có biết tại sao em ghét chị ấy không?

= 당신은 왜 내가 그녀를 싫어하는지 알아요?

MP3 듣고 따라 말하며 세 번씩 써보기　　　　　　　　　🎧 mp3 153

①

②

③

응용해서 써본 후 MP3 듣고 따라 말하기　　　　　　　　　🎧 mp3 154

① 당신은 왜 내가 그 회사에서 일을 안 하는지 알아요? [일하다 = làm việc]

→

② 당신은 왜 내가 이 음식을 안 먹는지 알아요? [먹다 = ăn, 이 음식 = món này]

→

---

① Anh (có) biết tại sao em không làm việc ở công ty đó không?

② Anh (có) biết tại sao em không ăn món này không?

Anh đã làm như thế này từ khi nào?

당신은 언제부터 이렇게 했어요?

① như thế này = 이렇게 / từ(~부터)+khi nào(언제) = 언제부터

주어+đã+동사+như thế này từ khi nào? = 주어는 언제부터 이렇게 ~했어요?

→ từ khi nào가 문장 뒤에 오면 '과거의 언제(시작점)'를 묻는 질문이 되며, '언제'라는 뜻을 갖는 유사 표현으로는 bao giờ, lúc nào, chừng nào가 있습니다.

② làm = 하다

Anh đã làm như thế này từ khi nào? = 당신은 언제부터 이렇게 했어요?

MP3 듣고 따라 말하며 세 번씩 써보기	⊙ mp3 155

①

②

③

응용해서 써본 후 MP3 듣고 따라 말하기	⊙ mp3 156

① 너는 언제부터 이렇게 공부했니? [공부하다 = học]

→

② 너는 언제부터 이렇게 화장했니? [화장하다 = trang điểm]

→

---

① Em đã học như thế này từ khi nào?

② Em đã trang điểm như thế này từ khi nào?

Đến khi nào tôi phải gửi email cho anh?

언제까지 제가 이메일을 보내 드려야 하나요?

① đến(~까지)+khi nào(언제) = 언제까지

　Đến khi nào+주어+phải+동사? = 언제까지 주어가 ~해야 하나요?

　→ đến khi nào가 문장 앞에 오면 '미래의 언제(기한)'를 묻는 질문이 됩니다.

② gửi = 보내다 / cho+대상 = ~에게

　Đến khi nào tôi phải gửi email cho anh?

　= 언제까지 제가 이메일을 (당신에게) 보내 드려야 하나요?

MP3 듣고 따라 말하며 세 번씩 써보기	🎧 mp3 157

① _____

② _____

③ _____

응용해서 써본 후 MP3 듣고 따라 말하기	🎧 mp3 158

① 언제까지 제가 서류를 제출해야 하나요? [제출하다 = nộp, 서류 = hồ sơ]

　→ _____

② 언제까지 제가 과제를 제출해야 하나요? [과제 = bài tập]

　→ _____

---

① Đến khi nào tôi phải nộp hồ sơ?

② Đến khi nào em phải nộp bài tập?

Làm sao tôi **nói được** giống như người bản địa?

어떻게 제가 **현지인처럼 말**할 수 있겠어요?

① làm sao = 어떻게, 왜

Làm sao+tôi+동사+được? = 어떻게 제가 ~할 수 있겠어요?

→ làm sao 외 '어떻게'라는 뜻의 표현으로는 thế nào, như thế nào가 있습니다.

② nói= 말하다 / giống như = ~처럼 / người bản địa = 현지인

Làm sao tôi nói được giống như người bản địa?

= 어떻게 제가 현지인처럼 말할 수 있겠어요? ('현지인처럼 말할 수 없다'라는 부정의 뜻)

MP3 듣고 따라 말하며 세 번씩 써보기 🎧 mp3 159

① _____

② _____

③ _____

응용해서 써본 후 MP3 듣고 따라 말하기 🎧 mp3 160

① 어떻게 제가 통역을 할 수 있겠어요? [통역하다 = thông dịch]

→ _____

② 어떻게 제가 운전을 할 수 있겠어요? [운전하다 = lái xe]

→ _____

① Làm sao tôi thông dịch được?
② Làm sao tôi lái xe được?

Ý của anh là như vậy thì tôi phải làm sao?

당신의 의견이 그렇다면 제가 어떻게 해야 하죠?

① thì = ~라면 / phải làm sao = 어떻게 해야 하죠 · 어떡하죠

주어+동사+như vậy thì+tôi+phải làm sao?

= 주어가 그렇게 ~하면 제가 어떻게 해야 하죠 · 어떡하죠?

② ý của A = A의 의견 / là(이다)+như vậy(그처럼 · 그와 같이) = 그렇다 · 그와 같다

Ý của anh là như vậy thì tôi phải làm sao?

= 당신의 의견이 그렇다면 제가 어떻게 해야 하죠?

MP3 듣고 따라 말하며 세 번씩 써보기   🎧 mp3 161

① _____

② _____

③ _____

응용해서 써본 후 MP3 듣고 따라 말하기   🎧 mp3 162

① 언니가 그렇게 말하면 제가 어떻게 해야 하죠? [말하다 = nói]

→ _____

② 당신이 그렇게 계속 화내면 제가 어떡합니까? [계속 화내다 = tiếp tục giận]

→ _____

| ① Chị nói như vậy thì tôi phải làm sao? |
| ② Anh tiếp tục giận như vậy thì tôi phải làm sao? |

01. 앞서 배운 내용 중 주요 문법 및 표현을 정리해 봅시다.

☐ '이유 · 시기 · 방법'을 묻는 표현 총정리

표현	예문
A(사실)+mà sao/thôi mà sao+ B(부합하지 않는 상황)? A한데/A할 뿐인데 왜 B한가요?	Tôi đã giải thích rồi mà sao anh vẫn không hiểu? 제가 설명했는데 왜 아직도 이해하지 못하죠? Nói đùa thôi mà sao nhạy cảm thế? 농담했을 뿐인데 왜 이렇게 예민해?
Tại sao+주어+동사+như vậy? 왜 주어는 그렇게 · 이렇게 ~해요?	Tại sao anh nói như vậy? 왜 당신은 그렇게 말해요?
주어+(có) biết tại sao ~ không? 주어는 왜 ~하는지 알아요?	Anh có biết tại sao em ghét chị ấy không? 당신은 왜 내가 그녀를 싫어하는지 알아요?
주어+đã+동사+như thế này từ khi nào? 주어는 언제부터 이렇게 ~했어요?	Anh đã làm như thế này từ khi nào? 당신은 언제부터 이렇게 했어요?
Đến khi nào+주어+phải+동사? 언제까지 주어가 ~해야 하나요?	Đến khi nào tôi phải gửi email cho anh? 언제까지 제가 이메일을 보내 드려야 하나요?
Làm sao+tôi+동사+được? 어떻게 제가 ~할 수 있겠어요?	Làm sao tôi nói được giống như người bản địa? 어떻게 제가 현지인처럼 말할 수 있겠어요?
주어+동사+như vậy thì+ tôi+phải làm sao? 주어가 그렇게 ~하면 제가 어떻게 해야 하죠 · 어떡하죠?	Ý của anh là như vậy thì tôi phải làm sao? 당신의 의견이 그렇다면 제가 어떻게 해야 하죠?

02. 아래의 한국어 문장들을 베트남어로 직접 작문해 보도록 하세요.   (정답 p.156)

① 제가 (이미) 설명했는데 왜 (당신은) 아직도 이해하지 못하죠?

→

② 농담했을 뿐인데 왜 이렇게 예민해?

→

③ 우린 단지 남매일 뿐인데 왜 이렇게 오버해요?

→

④ 왜 당신은 그렇게 말해요?

→

⑤ 당신은 왜 내가 그녀를 싫어하는지 알아요?

→

⑥ 당신은 언제부터 이렇게 했어요?

→

⑦ 언제까지 제가 이메일을 보내 드려야 하나요?

→

⑧ 언제까지 제가 서류를 제출해야 하나요?

→

⑨ 어떻게 제가 현지인처럼 말할 수 있겠어요?

→

⑩ 당신의 의견이 그렇다면 제가 어떻게 해야 하죠?

→

① Tôi đã giải thích rồi mà sao anh vẫn không hiểu?

② Nói đùa thôi mà sao nhạy cảm thế?

③ Chúng ta chỉ là anh em thôi mà sao quá đáng như thế?

④ Tại sao anh nói như vậy?

⑤ Anh có biết tại sao em ghét chị ấy không?

⑥ Anh đã làm như thế này từ khi nào?

⑦ Đến khi nào tôi phải gửi email cho anh?

⑧ Đến khi nào tôi phải nộp hồ sơ?

⑨ Làm sao tôi nói được giống như người bản địa?

⑩ Ý của anh là như vậy thì tôi phải làm sao?

MEMO 틀린 문장이 있을 경우 아래에 몇 번씩 반복해서 써보세요.

CHAPTER 11

정보 요청·확인 및 전달하기

Tôi không biết phải làm thế nào.

어떻게 해야 할지 모르겠어요.

① phải+동사 = ~ 해야만 한다 / thế nào = 어떻게, 어떻습니까
  주어+không biết+동사. = 주어는 ~하는 줄(을) 모르겠어요.
  Tôi không biết+phải+동사+thế nào.
  = 저는 어떻게 ~해야하는 줄 모르겠어요. (= 제가 어떻게 ~해야 할지 모르겠어요.)
② làm = 하다
  Tôi không biết phải làm thế nào. = (제가) 어떻게 해야 할지 모르겠어요.

MP3 듣고 따라 말하며 세 번씩 써보기　　　　　　　　　　　　　　　🎧 mp3 163

① _____

② _____

③ _____

응용해서 써본 후 MP3 듣고 따라 말하기　　　　　　　　　　　　　　🎧 mp3 164

① (저는) 어떻게 사용해야 할지 모르겠어요. [사용하다 = dùng]

　→ _____

② (제가) 어떻게 말해야 할지 모르겠어요. [말하다 = nói]

　→ _____

---

① Tôi không biết phải dùng thế nào.
② Tôi không biết phải nói thế nào.

Tôi không biết anh nói gì.

당신이 뭐라고 하는지 모르겠어요.

① 주어+không biết+문장. = 주어는 ~인지 모르겠어요.

Tôi không biết+주어+동사+gì. = 저는 주어가 무엇을 ~하는지 모르겠어요.

→ 상대의 말이나 행위가 이해되지 않거나 알 수 없을 때 쓸 수 있는 표현입니다.

② nói = 말하다

Tôi không biết anh nói gì.

= (저는) 당신이 무엇을 말하는지 모르겠어요. (= 당신이 뭐라고 하는지 모르겠어요.)

MP3 듣고 따라 말하며 세 번씩 써보기 🎧 mp3 165

①

②

③

응용해서 써본 후 MP3 듣고 따라 말하기 🎧 mp3 166

① (저는) 당신이 무엇을 생각하는지 모르겠어요. [생각하다 = nghĩ]

→

② (저는) 당신이 뭐하고 있는지 모르겠어요. [~을 하고 있다 = đang làm]

→

---

① Tôi không biết anh nghĩ gì.

② Tôi không biết anh đang làm gì.

Anh có biết túi xách của tôi đã để ở đâu không?

제 가방을 어디에 두었는지 아세요?

① ở đâu = 어디에 / để = 두다

주어+có biết 물건 để ở đâu không? = 주어는 ~를 어디에 두는지 알아요?

→ có는 문장에서 생략하고 말할 수 있습니다.

② túi xách của tôi = 저의(제) 가방

Anh có biết túi xách của tôi đã để ở đâu không?

= (당신은) 제 가방을 어디에 두었는지 아세요?

MP3 듣고 따라 말하며 세 번씩 써보기	🎧 mp3 167

①

②

③

응용해서 써본 후 MP3 듣고 따라 말하기	🎧 mp3 168

① (당신은) 제 핸드폰을 어디에 두었는지 아세요? [핸드폰 = điện thoại]

→

② (당신은) 제 담배를 어디에 두었는지 아세요? [담배 = thuốc lá]

→

① Anh (có) biết điện thoại của tôi đã để ở đâu không?

② Anh (có) biết thuốc lá của tôi đã để ở đâu không?

Không biết bên mình

có **phương tiện di chuyển** không?

잘 몰라서 그러는데, 그쪽에 **교통편이** 있을까요?

① bên(~ 쪽)+mình(당신: 듣는 사람을 높이는 말로 가리킬 때 의미) = 당신 쪽 → 그쪽

Bên mình+có+**명사**+không? = 그쪽에(는) ~이 있나요?

② Không biết+질문? = 몰라요(잘 몰라서 그러는데), ~해요?

phương tiện(방편, 수단)+di chuyển(이동하다) = 이동 수단, 교통편

Không biết bên mình có **phương tiện di chuyển** không?

= 잘 몰라서 그러는데, 그쪽에 **교통편이** 있을까요?

MP3 듣고 따라 말하며 세 번씩 써보기   🎧 mp3 169

① _____

② _____

③ _____

응용해서 써본 후 MP3 듣고 따라 말하기   🎧 mp3 170

① 잘 몰라서 그러는데, 그쪽에 5성급 호텔이 있나요? [5성급 호텔 = khách sạn 5 sao]

→

② 잘 몰라서 그러는데, 그쪽에 해산물 식당이 있나요? [해산물 식당 = nhà hàng hải sản]

→

---

① Không biết bên mình có khách sạn 5 sao không?

② Không biết bên mình có nhà hàng hải sản không?

① làm(~을 하다)+gì(무엇)+mà(~하는데) = 무엇을 하는데 · 뭐 하는데

Làm gì mà+동사 · 형용사? = 뭐 하는데 ~해요?

→ làm gì 는 '뭐해?'라는 뜻으로 단독으로도 사용 가능하며, 참고로 '(당신) 뭐 하고 있어요?'
는 'Anh đang làm gì?'라고 표현하면 됩니다.

② buồn = 슬픈, 우울한

Làm gì mà buồn? = 뭐 하는데 슬퍼해요?

MP3 듣고 따라 말하며 세 번씩 써보기	🎧 mp3 171

①

②

③

응용해서 써본 후 MP3 듣고 따라 말하기	🎧 mp3 172

① 뭐 하는데 결석했어요? [결석한 = vắng mặt]

→

② 뭐 하는데 안 왔어요? [오지 않다 = không đến]

→

---

① Làm gì mà vắng mặt?

② Làm gì mà không đến?

Tôi có thể giúp gì cho quý khách?

(점원이 손님에게) 제가 무엇을 도와 드릴까요?

① có thể(할 수 있다)+giúp(돕다)+gì(무엇) = 무엇을 도와 드릴 (수 있을)까요

　Tôi có thể giúp gì cho <u>대상</u>? = 제가 ~을 위해 무엇을 도와 드릴까요?

　→ 간단하게는 'Anh cần gì ạ?(당신은 무엇이 필요하세요? → 도와 드릴까요?)'라고 표현

　　할 수 있으며, 문장 끝에 ạ를 붙여 상대방에 대한 예의를 표현하는 게 좋습니다.

② quý khách = 손님, 고객

　Tôi có thể giúp gì cho <u>quý khách</u>? = 제가 (손님을 위해) 무엇을 도와 드릴까요?

MP3 듣고 따라 말하며 세 번씩 써보기	🎧 mp3 173

① _____

② _____

③ _____

응용해서 써본 후 MP3 듣고 따라 말하기	🎧 mp3 174

① (형/오빠에게) 제가 무엇을 도와 드릴까요?

　→

② (누나/언니에게) 제가 무엇을 도와 드릴까요?

　→

---

① Tôi có thể giúp gì cho anh ạ?

② Tôi có thể giúp gì cho chị ạ?

Từng này thôi thì **anh** có thể **làm** cho tôi chú?

이 정도는 **해** 줄 수 있죠?

① từng(양; 만큼)+này(이)+thôi(단지 ~이다)+thì(~라면) = 이만큼이면 (= 이 정도는)

chứ = 문미에 붙어 의문문을 만드는 말로 내용을 재확인하거나 요구 사항을 강조함

Từng này thôi thì+**주어**+có thể+**동사**+cho tôi chứ?

= 이 정도는 **주어가** 날 위해 ~해 줄 수 있죠? (상대방의 동조·공감을 바라는 뉘앙스)

② làm = 하다 → Từng này thôi thì **anh** có thể **làm** cho tôi chứ?

= 이 정도는 (**당신이** 날 위해) **해** 줄 수 있죠?

MP3 듣고 따라 말하며 세 번씩 써보기	🎧 mp3 175

①

②

③

응용해서 써본 후 MP3 듣고 따라 말하기	🎧 mp3 176

① 이 정도는 (당신이 날 위해) 사줄 수 있죠? [사다 = mua]

→

② 이 정도는 (당신이 날 위해) 팔(아 줄) 수 있죠? [팔다 = bán]

→

---

① Từng này thôi thì anh có thể mua cho tôi chứ?

② Từng này thôi thì anh có thể bán cho tôi chứ?

Chẳng lẽ anh ấy sẽ ly hôn à?

설마 그가 이혼해요?

① chẳng lẽ = 설마

Chẳng lẽ+문장+à? = 설마 ~해요?

→ 평서문을 의문문으로 만들 때 의문사나 조동사를 사용하지 않고 문미에 'à(북부)/hả(남부)'를 붙여 의문문을 만들 수 있습니다.

② ly hôn = 이혼하다 → Anh ấy sẽ ly hôn. = 그가 이혼할 것이다.

Chẳng lẽ anh ấy sẽ ly hôn à? = 설마 그가 이혼해요?

MP3 듣고 따라 말하며 세 번씩 써보기	∩ mp3 177

①

②

③

응용해서 써본 후 MP3 듣고 따라 말하기	∩ mp3 178

① 설마 그가 유학가요? [유학가다 = đi du học]

→

② 설마 그가 이사해요? [이사하다 = chuyển nhà]

→

---

① Chẳng lẽ anh ấy sẽ đi du học à?

② Chẳng lẽ anh ấy sẽ chuyển nhà à?

Nghe nói là hôm nay sẽ nghỉ học.

듣기로는 오늘 휴강한대요.

① nghe(듣다)+nói(말하다) = 말하는 것을 듣다

Nghe nói là+문장. = ~라고 (말하는 것을) 들었어요. (= 듣기로는 ~한대요.)

→ 위에서 là(이다)는 '~라고'와 같은 의미로 해석될 수도 있으며 생략이 가능합니다.

② hôm nay = 오늘 / nghỉ học = 휴강하다

Hôm nay sẽ nghỉ học. = 오늘 휴강할 거예요.

Nghe nói là hôm nay sẽ nghỉ học. = 듣기로는 오늘 휴강한대요.

MP3 듣고 따라 말하며 세 번씩 써보기 ∩ mp3 179

①

②

③

응용해서 써본 후 MP3 듣고 따라 말하기 ∩ mp3 180

① 듣기로는 오늘 비가 온대요. [비가 올 것이다 = trời sẽ mưa]

→

② 듣기로는 오늘 눈이 내린대요. [눈이 내릴 것이다 = sẽ có tuyết rơi]

→

---

① Nghe nói là hôm nay trời sẽ mưa.

② Nghe nói là hôm nay sẽ có tuyết rơi.

Từ **đây đến đó** không xa lắm.

여기부터 거기까지 그다지 멀지 않아요.

---

① từ A đến B = A부터 B까지

→ 거리, 시간, 사건 등의 기점과 종점을 나타내며, 문장이 나타내는 의미에 따라 문장 앞 또는
문장 뒤에 붙여서 말할 수 있습니다.

② đây = 여기 / đó = 거기 / không ~ lắm = 그다지 ~하지 않다 / xa = (거리가) 먼

Từ <u>đây</u> đến <u>đó</u> không xa lắm.

= <u>여기부터</u> <u>거기까지</u> 그다지 멀지 않아요.

MP3 듣고 따라 말하며 세 번씩 써보기　　　　　　　　　　　🎧 mp3 181

①

②

③

응용해서 써본 후 MP3 듣고 따라 말하기　　　　　　　　　　🎧 mp3 182

① 처음부터 지금까지 거짓말을 하는 거잖아요. [처음 = đầu, 거짓말하다 = nói dối]

→

② 우리는 처음부터 끝까지 함께 했어요. [함께 = với nhau, 끝 = cuối]

→

---

① Từ đầu đến bây giờ nói dối mà.

② Chúng ta làm với nhau từ đầu đến cuối.

---

01. 앞서 배운 내용 중 주요 문법 및 표현을 정리해 봅시다.

□ '정보 요청·확인·전달'하는 표현 총정리

표현	예문
không biết+phải+동사+thế nào 어떻게 ~해야 할지 모르겠다	Tôi không biết phải làm thế nào. 어떻게 해야 할지 모르겠어요.
không biết+주어+동사+gì 무엇을 ~하는지 모르겠다	Tôi không biết anh nói gì. 당신이 뭐라고 하는지 모르겠어요.
có biết+물건 để ở đâu+không ~를 어디에 두는지 알아요?	Anh có biết túi xách của tôi đã để ở đâu không? 제 가방을 어디에 두었는지 아세요?
Bên mình+có+명사+không? 그쪽에(는) ~이 있나요?	Không biết bên mình có phương tiện di chuyển không? 잘 몰라서 그러는데, 그쪽에 교통편이 있을까요?
Làm gì mà+동사·형용사? 뭐 하는데 ~해요?	Làm gì mà buồn? 뭐 하는데 슬퍼해요?
có thể giúp gì cho 대상 (~을 위해) 무엇을 도와 드릴까요?	Tôi có thể giúp gì cho quý khách? (점원이 손님에게) 제가 무엇을 도와 드릴까요?
từng này thôi thì 이 정도는	Từng này thôi thì anh có thể làm cho tôi chứ? 이 정도는 해 줄 수 있죠?
Chẳng lẽ+문장+à? 설마 ~해요?	Chẳng lẽ anh ấy sẽ ly hôn à? 설마 그가 이혼해요?
Nghe nói là+문장. 듣기로는 ~한대요.	Nghe nói là hôm nay sẽ nghỉ học. 듣기로는 오늘 휴강한대요.
từ A đến B A부터 B까지	Từ đây đến đó không xa lắm. 여기부터 거기까지 그다지 멀지 않아요.

02. 아래의 한국어 문장들을 베트남어로 직접 작문해 보도록 하세요.   (정답 p.170)

① (제가) 어떻게 해야 할지 모르겠어요.

→

② (저는) 당신이 뭐라고 하는지 모르겠어요.

→

③ 제 가방을 어디에 두었는지 아세요?

→

④ 잘 몰라서 그러는데, 그쪽에 교통편이 있을까요?

→

⑤ 뭐 하는데 슬퍼해요?

→

⑥ (점원이 손님에게) 제가 무엇을 도와 드릴까요?

→

⑦ 이 정도는 (당신이 날 위해) 해 줄 수 있죠?

→

⑧ 설마 그가 이혼해요?

→

⑨ 듣기로는 오늘 휴강한대요.

→

⑩ 여기부터 거기까지 그다지 멀지 않아요.

→

① Tôi không biết phải làm thế nào.

② Tôi không biết anh nói gì.

③ Anh có biết túi xách của tôi đã để ở đâu không?

④ Không biết bên mình có phương tiện di chuyển không?

⑤ Làm gì mà buồn?

⑥ Tôi có thể giúp gì cho quý khách?

⑦ Từng này thôi thì anh có thể làm cho tôi chứ?

⑧ Chẳng lẽ anh ấy sẽ ly hôn à?

⑨ Nghe nói là hôm nay sẽ nghỉ học.

⑩ Từ đây đến đó không xa lắm.

MEMO 틀린 문장이 있을 경우 아래에 몇 번씩 반복해서 써보세요.

CHAPTER 12

상태 · 형편 · 방법 말하기

Ai cũng muốn kiếm nhiều tiền.

누구든지 돈을 많이 벌고 싶어 해요.

① ai cũng = 누구나·누구든지

→ 의문사 뒤에 cũng(~도, 역시)을 붙이면 '~나, ~든지'라는 의미로 사용할 수 있습니다.

② Ai cũng+동사. = 누구나·누구든지 ~해요.

muốn = ~하고 싶다

kiếm(벌다)+nhiều tiền(많은 돈) = 많은 돈을 벌다 (= 돈을 많이 벌다)

Ai cũng muốn kiếm nhiều tiền. = 누구든지 돈을 많이 벌고 싶어 해요.

MP3 듣고 따라 말하며 세 번씩 써보기　　　　　　　🎧 mp3 183

①

②

③

응용해서 써본 후 MP3 듣고 따라 말하기　　　　　　　🎧 mp3 184

① 누구나 마이쌤과 베트남어를 공부하고 싶어 해요.

→

② 누구든지 집에서 쉬고 싶어 해요. [쉬다 = nghỉ]

→

---

① Ai cũng muốn học tiếng Việt với cô Mai.

② Ai cũng muốn nghỉ ở nhà.

Ở cửa hàng này cái gì cũng có.

이 가게에 무엇이든지 있어요.

① cái gì cũng = 무엇이나 · 무엇이든지

　→ cái gì는 gì(무엇) 앞에 무생물을 나타내는 종별사인 cái를 붙인 것으로 명사적으로 사용됩니다.

② Cái gì cũng+형용사 동사. = 무엇이나 · 무엇이든지 ~해요.

　Ở cửa hàng này = 이 가게 · 상점에 / có = 가지다, 있다

　Ở cửa hàng này cái gì cũng có. = 이 가게에(는) 무엇이든지 있어요.

MP3 듣고 따라 말하며 세 번씩 써보기　　　　　　　　　　🎧 mp3 185

① _____

② _____

③ _____

응용해서 써본 후 MP3 듣고 따라 말하기　　　　　　　　🎧 mp3 186

① 이 가게에는 무엇이든지 비싸요. [비싼 = đắt]

　→ _____

② 이 가게에는 무엇이든지 예뻐요. [예쁜 = đẹp]

　→ _____

---

① Ở cửa hàng này cái gì cũng đắt.
② Ở cửa hàng này cái gì cũng đẹp.

Tôi lúc nào cũng phải đi làm.

저는 언제든지 일하러 가야 해요.

① lúc nào cũng = 언제나 · 언제든지

주어+lúc nào cũng+동사. = 주어는 언제나 · 언제든지 ~해요.

→ lúc nào(언제) 자리에 동일한 뜻을 갖는 bao giờ를 사용할 수 있으며, 위의 말을 'Lúc nào+주어+cũng+동사'와 같은 어순으로 표현할 수도 있습니다.

② phải+동사 = ~해야만 한다 / đi làm = 일하러 가다

Tôi lúc nào cũng phải đi làm. = 저는 언제든지 일하러 가야 해요.

MP3 듣고 따라 말하며 세 번씩 써보기	♫ mp3 187

①

②

③

응용해서 써본 후 MP3 듣고 따라 말하기	♫ mp3 188

① 저는 언제나 운동하러 가요. [운동하러 가다 = đi tập thể dục]

→

② 언제든지 저는 병원에 가야 해요. [병원 = bệnh viện]

→

---

① Tôi lúc nào cũng đi tập thể dục.

② Lúc nào tôi cũng phải đi bệnh viện.

Cô ấy đi đâu cũng làm việc rất giỏi.

그녀는 어디를 가든지 일을 아주 잘해요.

① đi đâu = 어디 가다 → đi đâu cũng = 어디를 가나 · 어디를 가든지

    주어+đi đâu cũng+형용사 · 동사.

    = 주어는 어디를 가나 · 어디를 가든지 ~해요.

② làm việ(일하다)+rất(아주 매우)+giỏi(잘하는) = 일을 아주 잘한다

    Cô ấy đi đâu cũng làm việc rất giỏi.

    = 그녀는 어디를 가든지 일을 아주 잘해요.

MP3 듣고 따라 말하며 세 번씩 써보기　　　　　　　　　🎧 mp3 189

① _____

② _____

③ _____

응용해서 써본 후 MP3 듣고 따라 말하기　　　　　　　🎧 mp3 190

① 그는 어디를 가든지 핸드폰을 가져가요. [가져오다, 가져가다 = mang theo]

  → _____

② 그녀는 어디를 가나 항상 집안일을 걱정해요. [~에 대해 걱정하다 = lo lắng về]

  → _____

---

① Anh ấy đi đâu cũng mang theo điện thoại.

② Cô ấy đi đâu cũng luôn luôn lo lắng về công việc ở nhà.

Anh mà tôi đã gặp hôm qua rất đẹp trai.

제가 어제 만났던 오빠(형)는 아주 잘생겼어요.

① A(대상)+mà+설명(문장)+형용사·동사. = ~하는 A는 ~해요.

대상	mà	설명	(mà의 관계 대명사적 용법)
món ăn	mà	tôi thích nhất	→ 내가 가장 좋아하는 음식
người		tôi đã gặp hôm qua	→ 내가 어제 만났던 사람

② rất đẹp trai = 아주 잘생긴 → Anh mà tôi đã gặp hôm qua rất đẹp trai.

= 제가 어제 만났던 오빠(형)는 아주 잘생겼어요.

MP3 듣고 따라 말하며 세 번씩 써보기　　　　　　　🎧 mp3 191

① _____

② _____

③ _____

응용해서 써본 후 MP3 듣고 따라 말하기　　　　　　🎧 mp3 192

① 제가 어제 만났던 오빠(형)는 아주 키가 커요. [키가 큰 = cao]

→ _____

② 제가 어제 만났던 누나(언니)는 아주 예뻐요. [예쁜 = đẹp]

→ _____

---

① Anh mà tôi đã gặp hôm qua rất cao.

② Chị mà tôi đã gặp hôm qua rất đẹp.

> # Điều mà tôi ấn tượng nhất ở Việt Nam
>
> # là món ăn Việt Nam.
>
> ## 베트남에서 가장 인상 깊은 점은 베트남 음식이에요.

① điều = ~것 · 점 (điều kiện(조건)에서 파생하여 사건 · 일 등을 지칭하는 의존 명사로 쓰임)

   Điều mà+설명+là+A(문장 · 명사). = ~한 점은 A예요.

   → 구어체에서는 điều mà 대신 cái mà를 사용해서 말할 수도 있습니다.

② ấn tượng nhất = 가장 인상 깊은 / món ăn = 음식

   Điều mà tôi ấn tượng nhất ở Việt Nam là món ăn Việt Nam.

   = (제가) 베트남에서 가장 인상 깊은 점은 베트남 음식이에요.

MP3 듣고 따라 말하며 세 번씩 써보기	🎧 mp3 193

①

---

②

---

③

응용해서 써본 후 MP3 듣고 따라 말하기	🎧 mp3 194

① 그가 모르고 있는 점은 내가 그를 사랑하지 않는다는 거예요. [사랑하다 = yêu]

   →

---

② 그녀에게 이해 안되는 점은 베트남 문화예요. [문화 = văn hoá]

   →

> ① Điều mà anh ấy không biết là tôi không yêu anh ấy.
>
> ② Điều mà chị ấy không hiểu là văn hoá của Việt Nam.

Tôi muốn ngắm cảnh đêm của thành phố Seoul.

저는 서울의 야경을 감상하고 싶어요.

① ngắm(보다, 주시하다)+cảnh đêm(야경) = 야경을 감상하다

　Tôi muốn ngắm cảnh đêm. = 저는 야경을 감상하고 싶어요.

　Tôi muốn ngắm cảnh đêm+của장소. = 저는 ~의 야경을 감상하고 싶어요.

② thành phố Seoul = 서울시

　Tôi muốn ngắm cảnh đêm của thành phố Seoul.

　= 저는 서울(시)의 야경을 감상하고 싶어요.

MP3 듣고 따라 말하며 세 번씩 써보기　　　　　　　　　　🎧 mp3 195

① _____

② _____

③ _____

응용해서 써본 후 MP3 듣고 따라 말하기　　　　　　　　　🎧 mp3 196

① 저는 (수도인) 하노이의 야경을 감상하고 싶어요. [수도 = thủ đô]

　→ _____

② 저는 옛 수도인 후에의 야경을 감상하고 싶어요. [옛 수도 = cố đô, 후에(도시명) = Huế]

　→ _____

> ① Tôi muốn ngắm cảnh đêm của thủ đô Hà Nội.
>
> ② Tôi muốn ngắm cảnh đêm của cố đô Huế.

Tôi bị cảnh sát giao thông phạt.

저는 교통경찰에게 벌금을 물었어요.

① 주어+bị+A(행위자)+동사. = 주어는 A가 ~하는 것을 당했다.

→ 위의 표현은 결국 '주어는 A에게 ~되었다(당했다)'라고 해석 가능하며, 주어가 행위자로부터 불유쾌한 일을 당하거나 피해 본 경우에 사용할 수 있는 표현입니다.

② cảnh sát(경찰)+giao thông(교통) = 교통경찰 / phạt = 벌금을 과하다

Tôi bị cảnh sát giao thông phạt. = 저는 교통경찰에게 벌금을 부과받았어요.

(= 저는 교통경찰에게 벌금을 물었어요.)

MP3 듣고 따라 말하며 세 번씩 써보기	🎧 mp3 197

①

②

③

응용해서 써본 후 MP3 듣고 따라 말하기	🎧 mp3 198

① 저는 엄마에게 혼났어요. [꾸짖다, 혼내다 = mắng]

→

② 저는 그에게 사기를 당했어요. [속이다 = lừa]

→

---

① Tôi bị mẹ mắng.

② Tôi bị anh ấy lừa.

Nếu dùng ứng dụng điện thoại này thì

có thể mua được một cách dễ dàng.

이 어플리케이션을 이용하면 쉽게 구매할 수 있어요.

① một(한 가지)+cách(방법)+형용사 = ~(한 방법)으로, ~하게 (형용사 → 부사화)

(ex) một cách dễ dàng = (쉬운 →) 쉽게 / một cách tự nhiên = (자연스러운 →)

자연스럽게 / một cách tiện lợi = (편리한 →) 편리하게

② dùng = 사용하다, 이용하다 / ứng dụng điện thoại = 어플리케이션

Nếu dùng ứng dụng điện thoại này thì có thể mua được một cách dễ

dàng. = (만약) 이 어플리케이션을 이용하면 쉽게 구매할 수 있어요.

MP3 듣고 따라 말하며 세 번씩 써보기　　　　　　　　　　　mp3 199

①

②

③

응용해서 써본 후 MP3 듣고 따라 말하기　　　　　　　　　　mp3 200

① 저는 자연스럽게 화장하고 싶어요. [화장하다 = trang điểm]

→

② (친구에게) 더 편리하게 쇼핑하기 위해 이 어플리케이션을 이용해 봐. [~해 봐 = hãy]

→

---

① Em muốn trang điểm một cách tự nhiên.

② Bạn hãy dùng App này để mua sắm một cách tiện lợi hơn.

01. 앞서 배운 내용 중 주요 문법 및 표현을 정리해 봅시다.

☐ '상태·형편·방법'을 나타내는 표현 총정리

표현	예문
ai cũng 누구나·누구든지	Ai cũng muốn kiếm nhiều tiền. 누구든지 돈을 많이 벌고 싶어 해요.
cái gì cũng 무엇이나·무엇이든지	Ở cửa hàng này cái gì cũng có. 이 가게에 무엇이든지 있어요.
lúc nào cũng 언제나·언제든지	Tôi lúc nào cũng phải đi làm. 저는 언제든지 일하러 가야 해요.
đi đâu cũng 어디를 가나·어디를 가든지	Cô ấy đi đâu cũng làm việc rất giỏi. 그녀는 어디를 가든지 일을 아주 잘해요.
A(대상)+mà+설명 ~하는 A	Anh mà tôi đã gặp hôm qua rất đẹp trai. 제가 어제 만났던 형은 아주 잘생겼어요.
điều mà+설명 ~한 점	Điều mà tôi ấn tượng nhất ở Việt Nam là món ăn Việt Nam. 베트남에서 가장 인상 깊은 점은 베트남 음식이에요.
muốn ngắm cảnh đêm 야경을 감상하고 싶다	Tôi muốn ngắm cảnh đêm của thành phố Seoul. 저는 서울의 야경을 감상하고 싶어요.
bị+A(행위자)+동사 A에게 ~되었다(당했다)	Tôi bị cảnh sát giao thông phạt. 저는 교통경찰에게 벌금을 물었어요.
một cách+형용사 ~(한 방법)으로, ~하게	Nếu dùng ứng dụng điện thoại này thì có thể mua được một cách dễ dàng. 이 어플리케이션을 이용하면 쉽게 구매할 수 있어요.

02. 아래의 한국어 문장들을 베트남어로 직접 작문해 보도록 하세요. (정답 p.183)

① 누구든지 돈을 많이 벌고 싶어 해요.

→

② 이 가게에 무엇이든지 있어요.

→

③ 저는 언제든지 일하러 가야 해요.

→

④ 그녀는 어디를 가든지 일을 아주 잘해요.

→

⑤ 제가 어제 만났던 오빠(형)는 아주 잘생겼어요.

→

⑥ 제가 어제 만났던 누나(언니)는 아주 예뻐요.

→

⑦ 베트남에서 가장 인상 깊은 점은 베트남 음식이에요.

→

⑧ 저는 서울의 야경을 감상하고 싶어요.

→

⑨ 저는 교통경찰에게 벌금을 물었어요.

→

⑩ 이 어플리케이션을 이용하면 쉽게 구매할 수 있어요.

→

① Ai cũng muốn kiếm nhiều tiền.

② Ở cửa hàng này cái gì cũng có.

③ Tôi lúc nào cũng phải đi làm.

④ Cô ấy đi đâu cũng làm việc rất giỏi.

⑤ Anh mà tôi đã gặp hôm qua rất đẹp trai.

⑥ Chị mà tôi đã gặp hôm qua rất đẹp.

⑦ Điều mà tôi ấn tượng nhất ở Việt Nam là món ăn Việt Nam.

⑧ Tôi muốn ngắm cảnh đêm của thành phố Seoul.

⑨ Tôi bị cảnh sát giao thông phạt.

⑩ Nếu dùng ứng dụng điện thoại này thì có thể mua được một cách

dễ dàng.

MEMO 틀린 문장이 있을 경우 아래에 몇 번씩 반복해서 써보세요.

REVIEW &
CHECK

앞서 배운 베트남어 고급문장 100개 및
문장을 익히면서 등장했던 주요 어휘들을
한눈에 훑어 보며 정리해 보도록 합시다.

① 고급문장 100 총정리

② 주요 어휘 총정리

---

001   chẳng hạn như+A, B(예시) 예를 들어 · 예컨대 A, B (같은)

Tôi thích món ăn Việt Nam chẳng hạn như bún chả, bánh xèo.	저는 베트남 음식을 좋아해요, 예를 들어 분짜, 반쎄오 같은 거요.
Tôi sử dụng mạng xã hội chẳng hạn như instgram, facebook.	저는 SNS를 사용해요, 예를 들어 인스타그램, 페이스북 같은 거요.
Tôi muốn sơn móng tay màu đậm chẳng hạn như màu đỏ, màu đen.	저는 진한 색으로 매니큐어를 바르고 싶어요, 예를 들어 빨간색, 검은색 같은 거요.

002   A(대상)+như+B, C(예시 대상)+chẳng hạn (예를 들어 예컨대) B, C 같은 A

Tôi muốn đi du lịch ở Đông Nam Á như Việt Nam, Lào chẳng hạn.	저는 예컨대 베트남, 라오스 같은 동남아에 여행 가고 싶어요.
Hôm nay tôi muốn mua gì đó như quần áo, mỹ phẩm chẳng hạn.	오늘 저는 옷, 화장품 같은 것을 사고 싶어요.
Tôi muốn đi du lịch ở Châu Âu như Ý, Anh chẳng hạn.	저는 이탈리아, 영국과 같은 유럽에 여행 가고 싶어요.

A(대상)+như+B, C(예시 대상) vân vân   B, C 등과 같은 A

Trong tiếng Việt có nhiều yếu tố quan trong như phát âm, ngữ pháp vân vân.

베트남어에는 발음, 문법 등과 같은 중요한 요소가 많아요.

Tôi nhớ Việt Nam lắm. Ví dụ như món ăn, phong cảnh vân vân.

저는 베트남이 매우 그리워요. 예를 들어 음식, 풍경 등이요.

Anh ấy hỏi về tên, tuổi, địa chỉ, nghề nghiệp vân vân.

그는 이름, 나이, 주소, 직업 등에 대해 물었어요.

---

004   A(동사·형용사)+đến nỗi+B(동사·형용사)   B할 정도로·만큼 A하다

Dạo này tôi bận đến nỗi không còn thì giờ đi vệ sinh.

요즘 저는 화장실 갈 시간이 없을 정도로 바빠요.

Em ấy bị đau đến nỗi không đi học.

걔는 학교에 가지 못할 정도로 아파요.

Anh ấy bị bệnh đến nỗi không ăn gì cả.

그는 아무것도 먹을 수 없을 만큼 병들어 있어요.

---

005   형용사+hơn so với+A   A에 비해 (보다) ~하다

Học tiếng Việt thú vị hơn so với học tiếng Anh.

베트남어 공부는 영어 공부에 비해 재미있어요.

Anh ấy thông minh hơn so với tuổi.

그는 나이에 비해 똑똑해요.

Doanh số bán ra của tháng này tốt hơn so với tháng trước.

지난달에 비해 이번달 매출 실적이 더 좋아요.

006 A+thì+동사 · 형용사+còn+B+thì+동사 · 형용사. A는(은) ~하고 B는(은) ~하다.

Quyển sách này thì kiểu đẹp còn quyển sách kia thì có nội dung quan trọng.

이 책은 디자인이 이쁘고 저 책은 내용이 알차요.

Món ăn này thì mặn còn món ăn kia thì cay.

이 음식은 짜고 저 음식은 매워요.

Anh trai thì cao còn chị gái thì thấp.

오빠(형)는 키가 크고 언니(누나)는 키가 작아요.

---

007 Không ai+형용사+bằng+A(비교 대상). A만큼 ~한 사람은 없다.

Không ai thông minh bằng anh ấy.

그 사람만큼 똑똑한 사람은 없어요.

Không ai tốt bụng bằng cô giáo ấy.

그 여자 선생님만큼 착한 사람은 없어요.

Không ai giàu bằng anh ấy.

그 사람만큼 부자인 사람은 없어요.

---

008 Không đâu+형용사+bằng+A(비교 장소). A만큼 ~한 곳(장소)은 없다.

Không đâu thoải mái bằng nhà của tôi.

우리 집만큼 편한 곳은 없어요.

Không đâu vui bằng ở đây.

여기만큼 즐거운 곳은 없어요.

Không đâu rẻ bằng tiệm này.

이 상점만큼 싼 곳은 없어요.

---

009 Khôn gì+형용사+bằng+A(비교 상황). A만큼 ~한 것(상황)은 없다.

Không gì hạnh phúc bằng khi gia đình khỏe mạnh.

가족이 건강할 때만큼 행복한 것은 없어요.

Không gì buồn bằng lúc không có tiền.

돈이 없을 때만큼 슬픈 것은 없어요.

Không gì vui bằng chơi vui chó con.

오빠(형)는 키가 크고 언니(누나)는 키가 작아요.

010 Chúc mừng+축하하는 것. ~(한 것)을 축하해요.

Chúc mừng anh/chị vào công ty.

(형 · 오빠/누나 · 언니에게) 입사를 축하해요.

Chúc mừng anh khai trương.

(형 · 오빠에게) 개업을 축하해요.

Chúc mừng chị vào đại học.

(누나 · 언니에게) 대학 입학을 축하해요.

011 Cảm ơn vì+이유. ~해서 감사해요.

Cảm ơn vì đã đến nhà tôi.

축하해 주셔서 감사해요.

Cảm ơn vì đã đến nhà tôi.

우리집에 와(방문해) 주셔서 감사해요.

Cảm ơn vì đã tin tôi.

저를 믿어 주셔서 감사해요.

012 Xin lỗi vì+이유. ~해서 죄송해요.

Xin lỗi vì tôi đã hiểu lầm.

(제가) 오해해서 죄송해요.

Xin lỗi vì tôi đã vắng mặt.

(제가) 결석해서 죄송해요.

Xin lỗi vì tôi đã nói mà không suy nghĩ.

(제가) 함부로 말해서 죄송해요.

013   May mắn vì+이유. ~해서 다행이에요.

May mắn vì có hậu phương vững chắc.   든든한 백이 있어서 다행이에요.

May mắn vì tôi gặp anh.   (제가) 당신을 만나서 다행이에요.

May mắn vì tôi đã học tiếng Việt trước.   (제가) 베트남어를 미리 공부해서 다행이에요.

014   주어+hối tiếc vì+이유. 주어는 ~해서 후회스러워요.

Tôi hối tiếc vì chia tay với anh ấy.   저는 그와 헤어져서 후회스러워요.

Tôi hối tiếc vì không học chăm chỉ.   저는 열심히 공부하지 않아서 후회스러워요.

Tôi hối tiếc vì không nói hết lòng mình.   저는 제 마음을 다 말하지 못해서 후회스러워요.

015   Đáng lẽ+주어+nên/không nên+해야 했던 것/하지 말아야 했던 것.
주어는(가) (당연히) ~했어야 했어/~하지 말았어야 했어.

Đáng lẽ tôi nên nộp hồ sơ sớm.   (내가) 서류를 일찍 제출했어야 했어.

Đáng lẽ tôi không nên gặp anh ấy.   (내가) 그를 만나지 말았어야 했어.

Đáng lẽ tôi không nên cắt tóc.   (나는) 머리를 자르지 말았어야 했어.

016 Rất tiếc nhưng+문장. 매우 아쉽지만 ~해요.

Rất tiếc nhưng tôi không đi được.
매우 아쉽지만 저는 갈 수가 없어요.

Rất tiếc nhưng tôi không tham gia được.
매우 아쉽지만 저는 참가할 수 없어요.

Rất tiếc nhưng tôi không mua được.
매우 아쉽지만 저는 살 수 없어요.

017 Ước gì+바라는 것. ~하면 좋을텐데 · 좋겠다.

Ước gì ngay bây giờ được uống một cốc bia.
지금 당장 맥주 한 잔을 마시면 좋을텐데.

Ước gì tôi cũng có em gái.
나도 여동생이 있다면 좋을텐데.

Ước gì được nghỉ vào cuối tuần này.
이번 주말에는 쉴 수 있다면 좋을텐데.

018 Không ai dám+동사. 누구도 감히 ~하지 못해요.

Không ai dám đề nghị về việc đó.
누구도 감히 그 일에 대해 제안하지 못해요.

Không ai dám nói gì.
누구도 감히 어떤 말도 하지 못해요.

Không ai dám nghĩ đến chuyện nghỉ việc.
누구도 감히 일을 그만두는 것에 대해 생각하지 못해요.

019 không dám+동사 ~할 엄두가 안 나다

Việc ấy tôi không dám làm. 그 일을 할 엄두가 안 나요.

Hàng đó rất đắt nên không dám mua. 그 상품은 너무 비싸서 살 엄두가 안 나요.

Chắc chắn anh ấy sẽ không dám đến. 확실히 그는 올 엄두를 못 낼 거예요.

020 Để+tôi+동사+đã. 우선 제가 ~좀 할게요.

Để tôi xem lịch trình đã. 우선 (제가) 일정 좀 보고요.

Để tôi tập thể dục đã. 우선 (제가) 운동 좀 하고요.

Để tôi kiểm tra đã. 우선 (제가) 확인 좀 하고요.

021 Để+우선 하는 것+đã rồi+이후에 하는 것. 우선 ~ 좀 하고 나서 ~할게요.

Để tôi xem lịch trình đã rồi tôi sẽ báo cho anh biết. 우선 (제가) 일정 좀 보고 나서 당신에게 말할게요.

Để tôi nghỉ một chút đã rồi tôi sẽ tiếp tục làm việc. 우선 (제가) 조금만 쉬고 나서 계속 일할게요.

Để tôi suy nghĩ đã rồi tôi sẽ quyết định. 우선 (제가) 생각 좀 해보고 나서 결정할게요.

022 동사+ngay 즉시·당장 ~하다

Tôi phải cãi nhau ngay bây giờ với anh ấy. (난) 지금 당장 그에게 따져야겠어.

Tôi muốn tắm ngay. 저는 당장 샤워하고 싶어요.

Tôi muốn mua cái này ngay. 저는 당장 이것을 사고 싶어요.

023 Sau này+주어+sẽ+동사. 나중에 주어가 ~할게요.

Sau này tôi sẽ gọi điện thoại lại nhé.   나중에 제가 다시 전화를 걸게요.

Sau này tôi sẽ kiểm tra lại.   나중에 제가 다시 검토할게요.

Sau này tôi sẽ nhắn tin lại.   나중에 제가 다시 문자할게요.

024 Trước khi+이후에 하는 것, 우선 하는 것. ~하기 전에 ~해요.

Trước khi gặp anh ấy, tôi muốn trang điểm.   그를 만나기 전에 화장하고 싶어요.

Trước khi đi du lịch, tôi sẽ học tiếng Việt.   여행가기 전에 저는 베트남어를 공부할 거예요.

Trước khi mua cái này, tôi sẽ tìm thông tin trên mạng.   이것을 사기 전에 저는 인터넷에서 정보를 더 찾을 거예요.

025 우선 하는 것+trước khi+이후에 하는 것. ~하기 전에 ~해요.

Tôi muốn về nhà trước khi tôi bực mình hơn nữa.   더 짜증나기 전에 집에 가고 싶어요.

Anh tự làm đi trước khi tôi bực mình hơn nữa.   제가 더 화내기 전에 당신이 직접 하세요.

Chị ăn cơm đi trước khi làm việc.   (언니/누나) 일하기 전에 식사하세요.

026 Trước đây+형용사 동사. 이전에 ~하다.

Trước đây cũng như vậy mà.	이전에도 그랬잖아요.
Trước đây tôi đã nói rồi mà.	이전에 내가 말했잖아요.
Trước đây tôi từng biết nhưng bây giờ quên rồi.	이전에 (저는) 알았지만 지금은 잊어버렸어요.

027 Khi còn nhỏ, 문장. 어렸을 때 ~하다.

Khi còn nhỏ, tôi đã từng học mỹ thuật.	어렸을 때 저는 미술을 배워 본 적이 있어요.
Khi còn nhỏ, tôi hay bị ngã.	어렸을 때 저는 자주 넘어졌어요.
Khi còn nhỏ, tôi đã từng học Hán tự.	어렸을 때 저는 한자를 공부해 본 적이 있어요.

028 chưa từng+동사. (아직) ~한 적이 없다

Tôi chưa từng hút thuốc.	저는 담배를 피워 본 적이 없어요.
Tôi chưa từng ăn món này.	저는 이 음식을 먹어본 적이 없어요.
Tôi chưa từng dùng iphone.	저는 아이폰을 사용해 본 적이 없어요.

029 chưa+동사+lần nào (아직) ~해 본 적이 한 번도 없다

Tôi chưa ăn trứng vịt lộn lần nào.	저는 곤오리알을 먹어 본 적이 한 번도 없어요.
Tôi chưa mua túi xách hàng hiệu lần nào.	저는 명품 가방을 사 본 적이 한 번도 없어요.
Tôi chưa trang điểm lần nào.	저는 화장을 해 본 적이 한 번도 없어요.

030 vừa A(동사·형용사) vừa B(동사·형용사) A하면서(하기도 하고) B하다

Tôi vừa nghe nhạc vừa làm bài tập về nhà. | 저는 음악을 들으면서 숙제를 해요.

Anh ấy vừa xem tivi vừa ăn cơm. | 그는 티비를 보면서 밥을 먹어요.

Chị ấy vừa đẹp vừa hiền. | 그녀는 예쁘(기도 하)고 착해요.

---

031 vừa là A(명사) vừa là B(명사) A이자 B이다

Tôi vừa là giáo sư vừa là ca sĩ. | 저는 교수이자 가수예요.

Chị ấy vừa là người mẫu vừa là diễn viên. | 그녀는 모델이자 배우예요.

Anh ấy vừa là chồng của chị ấy vừa là bố của hai con. | 그는 그녀의 남편이자 두 자녀의 아버지예요.

---

032 không phải là A(명사) mà là B(명사) A가 아니라 B이다

Anh không phải là người Việt Nam mà là người Hàn Quốc. | 그는 베트남 사람이 아니라 한국 사람이에요.

Chị ấy không phải là sinh viên mà là giáo viên. | 그녀는 학생이 아니라 선생님이에요.

Tôi không phải là giám đốc mà là nhân viên. | 저는 사장이 아니라 직원이에요.

033   tuy+A(동사 · 형용사)+nhưng+B(동사 · 형용사) **(비록) A하지만 B하다**

Anh ấy tuy già nhưng vẫn khỏe lắm.

그는 비록 나이가 많지만 여전히 매우 건강해요.

Cô ấy tuy chưa có người yêu nhưng không cô đơn.

그녀는 아직 애인이 없지만 외롭지 않아요.

Việc học tiếng Việt tuy khó nhưng rất thú vị.

베트남어 공부는 비록 어렵지만 매우 재미있어요.

034   Trông+주어+có vẻ+형용사. **주어는 ~해 보이다.**

Trông chị ấy có vẻ trẻ lắm.

그녀는 정말 동안으로 보여요.

Trông anh ấy có vẻ già lắm.

그는 정말 노안으로 보여요.

Trông anh ấy có vẻ giàu lắm.

그는 매우 부유해 보여요.

035   A(형용사 · 동사), hơn nữa lại+B(형용사 · 동사) **A한 데다가 B하다**

Anh ấy rất đẹp trai, hơn nữa lại có nhiều cơ bắp nữa.

그는 매우 잘생긴 데다가 근육도 많아요.

Anh ấy thông minh, hơn nữa lại giàu lắm.

그는 똑똑한 데다가 매우 부자예요.

Chị ấy rất xinh, hơn nữa lại thon thả.

그녀는 매우 예쁜 데다가 날씬해요.

036 không những A(동사·형용사) mà còn B(동사·형용사)+nữa

A할 뿐만 아니라 B(까지도) 하다

Sản phẩm này không những chất lượng tốt mà còn giá rẻ nữa.	이 제품은 품질이 좋을 뿐만 아니라 가격도 싸요.
Anh ấy không những đẹp trai mà còn rất giàu.	그는 잘생겼을 뿐만 아니라 굉장히 부자예요.
Điện thoại này không những kiểu đẹp mà còn có nhiều chức năng.	이 핸드폰은 디자인이 예쁠 뿐만 아니라 기능까지 많아요.

037 동사(1)+đồng thời+동사(2) 동사(1)한 동시에 동사(2)하다

Thành Phố Hà Nội là thủ đô đồng thời là một đô thị trung tâm chính trị, kinh tế của Việt Nam.	하노이는 수도인 동시에 베트남의 정치, 경제 중심 도시입니다.
Tôi là một người vui tính đồng thời là một người nhiệt tình.	저는 활달한 사람인 동시에 열정적인 사람이에요.
Tôi chuẩn bị chứng chỉ đồng thời chuẩn bị xin việ.	저는 자격증을 준비하는 동시에 취업을 준비해요.

038 quan tâm đến+관심 분야 ~에 관심이 있다, ~에 (대해) 관심을 가지고 있다

Tôi quan tâm đến văn hóa Việt Nam.	저는 베트남 문화에 관심이 있어요.
Tôi rất quan tâm đến chính trị.	저는 정치에 관심이 많아요.
Anh ấy quan tâm đến kinh tế Việt Nam.	그는 베트남 경제에 관심이 있어요.

039 동사+liên quan đến+A(대상) A와 관련하여·관련되어 ~하다

Tôi muốn làm việc liên quan đến thời trang.	저는 패션과 관련하여 일하고 싶어요.
Tôi thích xem youtube liên quan đến thời trang.	저는 패션과 관련하여 유튜브 보는 것을 좋아해요.
Việc đó có liên quan đến chị ấy.	그 일은 그녀와 관련되어 있어요.

040 Ngoài+A(대상), 주어+동사+B(추가 대상)+nữa. A 이외에 주어는 B도 ~해요.

Ngoài quả dừa, tôi thích quả xoài nữa.	코코넛 이외에 (저는) 망고도 좋아해요.
Ngoài tiếng Việt, tôi nói được tiếng Pháp nữa.	베트남어 이외에 (저는) 프랑스어도 말할 수 있어요.
Ngoài điện thoại, tôi đã mua máy tính bảng nữa.	휴대폰 이외에 (저는) 태블릿 pc도 구매했어요.

041 Tôi thích+A(전체 대상), trừ+B(제외 대상). 저는 B를 제외하고 A를 좋아해요.

Tôi thích mọi môn thể thao, trừ bóng chày.	저는 야구를 제외하고 모든 스포츠를 좋아해요.
Tôi thích mọi môn học, trừ môn toán.	저는 수학을 제외하고 모든 과목을 좋아해요.
Tôi thích mọi loại hoa quả, trừ sầu riêng	저는 두리안을 제외하고 모든 과일 종류를 좋아해요.

042 những+명사+đều ~들(불가산 명사의 복수, 불특정 다수를 의미) 모두

Những học sinh đều thích ca sĩ này.	학생들은 모두 이 가수를 좋아해요.
Những người Hàn Quốc đều thích Kimchi.	한국 사람들은 모두 김치를 좋아해요.
Những sinh viên năm thứ tư đều chuẩn bị xin việc.	대학교 4학년 학생들은 취업을 준비해요.

043 các+명사+đều ~들(가산 명사의 복수, 특정 다수를 의미) 모두

Các nhân viên của công ty này đều làm việc rất chăm chỉ.	이 회사의 직원들은 모두 매우 열심히 일해요.
Các sinh viên lớp này đều học chăm chỉ.	이 교실에 있는 학생들은 모두 열심히 공부해요.
Các bạn của tôi đều học giỏi lắm.	내 친구들은 모두 공부를 아주 잘해요.

044 một trong những+명사 ~(들) 중(에) 하나

Khu du lịch này là một trong những nơi rất nổi tiếng đối với người dân.	이 관광지는 현지인에게 아주 유명한 장소 중 한 곳이에요.
Bạn này là một trong những người bạn thân nhất của mình.	이 친구는 나의 가장 친한 친구 중 한 명이에요.
Món ăn này là một trong những món ăn truyền thống của Hàn Quốc.	이 음식은 한국의 전통 음식 중 하나예요.

045   hoàn toàn+동사 · 형용사 **완전히 · 전적으로 ~하다**

Anh ấy hoàn toàn quên chuyện đó rồi.	그는 그 일을 완전히 잊었어요.
Việc đó hoàn toàn tùy em.	그 일은 전적으로 너에게 달려 있어.
Tôi thấy hoàn toàn khỏi bệnh.	나는 완전히 병이 나은 것 같아요.

046   siêu+형용사 **완전(대단히) ~하다**

Cái này siêu rẻ.	이건 완전 싸요.
Anh ấy siêu giàu.	그는 완전 부자예요.
	(= 그는 슈퍼 리치예요.)
Điện thoại này siêu nhỏ.	이 핸드폰은 완전 작아요.
	(= 이 핸드폰은 초소형이에요.)

047   Đâu có+동사 · 형용사. **결코 · 전혀 · 절대 ~하지 않다.**

Đâu có đẹp.	전혀 예쁘지 않아요.
Đâu có béo/mập.	전혀 뚱뚱하지 않아요.
Đâu có biết.	전혀 알지 못해요. (= 전혀 몰라요)

048   không hề biết+동사 · 형용사 **(전혀) ~할 줄 모른다**

Em ấy đã gây ra lỗi nhưng không hề biết xấu hổ.	걔는 잘못을 저질렀는데도 전혀 부끄러워할 줄 몰라요.
Em ấy không hề biết sợ.	걔는 전혀 무서워할 줄 몰라요.
Khi anh ấy bắt đầu làm việc thì không hề biết ngừng.	그는 일을 시작하면 끝낼 줄을 몰라요.

동사·형용사+gì mà+동사·형용사. ~하긴 뭘 ~해!

Nhìn gì mà nhìn.	보긴 뭘 봐!
Đẹp gì mà đẹp.	예쁘긴 뭐가 예뻐!
Vui gì mà vui.	기쁘긴 뭐가 기뻐!

형용사+ơi là+형용사 ~해도 너무 ~한

Món ăn này ngon ơi là ngon.	이 음식은 맛있어도 너무 맛있어요.
Chị ấy đẹp ơi là đẹp.	그녀는 예뻐도 너무 예뻐요.
Sản phẩm này đắt ơi là đắt/mắc.	이 상품은 비싸도 너무 비싸요.

Mỗi+명사+đều+동사. ~마다 (모두·전부) 다 ~해요.

Mỗi chung cư đều có nơi giữ xe.	아파트마다 주차장이 다 있어요.
Mỗi công ty đều có máy photo.	회사마다 복사기가 다 있어요.
Mỗi trung tâm ngoại ngữ đều có giáo viên nước ngoài.	어학원마다 원어인 선생님이 다 있어요.

Thời gian trôi qua+형용사/문장.
시간이 ~하게 가네요. / 시간이 지나서야 ~했어요.

Thời gian trôi qua chậm thế.	시간이 더디 가네요.
Thời gian trôi qua nhanh thế.	시간이 빠르게 가네요. (= 시간이 잘 가네요.)
Thời gian trôi qua tôi mới hiểu.	시간이 지나서야 저는 비로소 이해했어요.

053 Đúng là+문장. 역시 ~해요.

Đúng là anh ấy khéo tay.　　　　　역시 그는 손재주가 있어요.

Đúng là anh ấy rất thông minh.　　역시 그는 매우 영리해요.

Đúng là em sẽ trả hàng.　　　　　역시 (저는) 반품해야겠어요.

054 Thảo nào · Hèn chi+문장. 어쩐지 ~하더라.

Thảo nào(Hèn chi) em ấy nói nhiều　어쩐지 걔가 평소보다 말이 많더라.
hơn ngày bình thường.

Thảo nào(Hèn chi) anh ấy im lặng.　어쩐지 그는 조용하더라.

Thảo nào(Hèn chi) dạo này em ấy　어쩐지 요즘 걔가 수상하더라.
kỳ lạ.

055 Dù sao+tôi+cũng+동사. 어쨌든 나는 ~해요.

Dù sao tôi cũng sẽ không từ bỏ.　　어쨌든 나는 포기하지 않을 거야.

Dù sao tôi cũng sẽ tiếp tục học　어쨌든 나는 베트남어를 계속 공부할
tiếng Việt.　　　　　　　　　　　거야.

Dù sao tôi cũng sẽ không chia tay.　어쨌든 나는 헤어지지 않을 거야.

056 Bất đắc dĩ+동사. 부득이하게도 · 어쩔 수 없이 ~해요.
명사+bất đắc dĩ 부득이한 · 어쩔 수 없는 ~

Bất đắc dĩ có sự thay đổi.　　　　부득이하게도 변동이 있어요.

Bất đắc dĩ là tôi không đến được.　부득이하게도 저는 갈 수 없어요.

Đó là một việc bất đắc dĩ.　　　　그것은 어쩔 수 없는 일이에요.

057 Tôi+mới+동사. 저는 비로소 ~했어요.

Tôi mới hiểu được ý của anh ấy. 저는 비로소 그의 의견을 이해했어요.

Tôi mới biết được về chuyện đó. 저는 비로소 그 사건에 대해 알았어요.

Tôi mới hiểu được nội dung phim này. 저는 비로소 이 영화 내용을 이해했어요.

058 Tôi+sẽ+동사+cuối cùng. 제가 마지막으로 ~할게요.

Tôi sẽ quyết định cuối cùng. 제가 마지막으로 결정할게요.

Tôi sẽ sắp xếp lại cuối cùng. 제가 마지막으로 정리할게요.

Tôi sẽ phát biểu cuối cùng. 제가 마지막으로 발표할게요.

059 주어+sẽ tiếp tục+동사. 주어는 계속 ~할 거예요.

Tôi sẽ tiếp tục học tiếng Việt. 저는 계속 베트남어를 공부할 거예요.

Tôi sẽ tiếp tục làm việc ở đây. 저는 계속 여기에서 일할 거예요.

Tôi sẽ tiếp tục gặp anh ấy. 저는 계속 그를 만날 거예요.

060 주어+동사+mãi. 주어는 계속 ~해요.

Tôi liên lạc mãi mà sao anh không nghe máy? 제가 계속 연락했는데 왜 전화를 받지 않나요?

Tôi liên lạc mãi mà sao anh không trả lời vậy? 제가 계속 연락했는데 왜 (당신은) 응답이 없어요?

Tôi hỏi mãi mà sao anh không nói gì cả vậy? 제가 계속 물었는데 왜 (당신은) 아무말도 안 해요?

061 주어+lại làm ra vẻ+동사 · 형용사. **주어는 계속 ~한 척해요.**

Anh ấy lại làm ra vẻ tội nghiệp.   그는 계속 불쌍한 척해요.

Anh ấy lại làm ra vẻ giàu.   그는 계속 부자인 척해요.

Anh ấy lại làm ra vẻ đẹp trai.   그는 계속 잘생긴 척해요.

062 문장+mà. **~잖아요.**

Dạo này tôi đang giảm cân mà.   요즘 저는 다이어트 중이잖아요.

Dạo này tôi đang học tiếng Việt chăm chỉ mà.   요즘 저는 베트남어를 열심히 공부하고 있잖아요.

Dạo này tôi làm việc ở Việt Nam mà.   요즘 저는 베트남에서 일하잖아요.

063 Do+A(원인)+nên+B(결과). **A 때문에 B해요.**

Do ngoại hình nên tôi đã trượt phỏng vấn.   외모 때문에 면접에서 떨어졌어요.

Do tuổi tác nên tôi đã trượt phỏng vấn.   나이 때문에 (저는) 면접에서 떨어졌어요.

Do COVID 19 nên nền kinh tế bị thiệt hại lớn.   코로나 19 때문에 경제적으로는 큰 피해를 입었어요.

064 Nhờ+A(원인)+mà+B(결과). A 덕분에 B해요.

Nhờ cô giáo tiếng Việt mà tôi có thể nói tiếng Việt giỏi.	베트남어 선생님 덕분에 저는 베트남어를 잘 말할 수 있어요.
Nhờ cô ấy mà tôi biết những thông tin quan trọng.	그녀 덕분에 저는 중요한 정보들을 알게 되었어요.
Nhờ thầy giáo ấy mà tôi có thể nói tiếng Việt lưu loát.	그 (남자) 선생님 덕분에 베트남어를 유창하게 말할 수 있어요.

065 Vì+A(원인)+nên+B(결과). A하기 때문에 B해요. (= A해서 B해요.)

Vì tôi phải đi công tác ở Việt Nam nên phải học tiếng Việt chăm chi.	저는 베트남에 출장을 가야 하기 때문에 베트남어를 열심히 공부해야 해요.
Vì tôi bị tai nạn nên không làm việc được.	제가 사고를 당했기 때문에 일을 할 수 없어요.
Vì anh ấy ngoại tình nên tôi định chia tay với anh ấy.	그가 바람을 피워서 저는 그와 헤어지기로 결정했어요.

066 A(원인)+thế nên+B(결과). A해서 B해요.

Dạo này nhiều tập đoàn đang đầu tư vào Việt Nam thế nên tôi muốn học tiếng Việt.	요즘 많은 기업이 베트남에 투자하고 있어서 베트남어를 공부하고 싶어요.
Dạo này khó xin việc thế nên phải chuẩn bị hồ sơ xin việc thật kỹ.	요즘은 취직하기 어려워서 취업 서류 준비를 잘(진짜 정성 들여) 해야만 해요.
Dạo này khó tìm việc thế nên phải học ngoại ngữ.	요즘은 구직하는 게 힘들어서 외국어를 공부해야 해요.

067 Sở dĩ+A(원인)+là vì+B(결과). A한 것은 B 때문이에요.

Sở dĩ lấy được chứng chỉ là vì tôi đã học chăm chỉ.	내가 자격증을 취득할 수 있었던 것은 공부를 열심히 했기 때문이야.
Sở dĩ vào đại học là vì mẹ đã luôn luôn tin tôi.	대학에 들어간 것은 어머니가 항상 나를 믿어주셨기 때문이야.
Sở dĩ tôi không ăn là vì sợ béo ra.	내가 먹지 않는 것은 살찌는 게 두려워서야.

068 trở nên+형용사 ~해지다

Tôi đã trải qua nhiều việc nên bây giờ tôi đã trở nên mạnh mẽ.	많은 일을 겪어서 지금 저는 강인해졌어요.
Tôi đã phẫu thuật phẩm mỹ nên tôi đã trở nên đẹp hơn.	저는 성형수술을 해서 더 예뻐졌어요.
Sau khi làm việc ở công ty ấy, anh ấy đã trở nên nóng nảy.	그 회사에서 일한 후로 그는 성격이 급해졌어요.

069 Nếu+A(가정)+thì+B(결과). (만약) A한다면 B한다.

Nếu có nhiều thời gian thì tôi muốn đi du lịch vòng quanh thế giới.	만약 시간이 많다면 저는 세계일주를 가고 싶어요.
Nếu có nhiều tiền thì tôi muốn mua tòa nhà ở Gang Nam.	만약 돈이 많다면 저는 강남에 건물을 사고 싶어요.
Nếu tôi không học chăm chỉ thì mẹ tôi sẽ buồn.	내가 열심히 공부하지 않으면 어머니께서 슬퍼하실거야.

070 A(결과), miễn là+B(조건). B한다면 A하겠다.

Tôi sẽ gặp anh, miễn là anh hứa làm những điều kiện này.

이 조건들을 약속한다면 당신을 만날 게요.

Em sẽ làm việc, miễn là đảm bảo quyền riêng tư.

사생활을 보장해 준다면 (저는) 일할 게요.

Mẹ sẽ mua máy tính bảng cho, miễn là con học tiếng Việt.

(자녀에게) 베트남어를 공부하면 엄마 가 태블릿을 사 줄게.

---

071 Hễ+A(조건)+thì+B(결과)+mà. A하기만 하면 B하잖아요.

Hễ em nói thì anh luôn luôn thấy chán mà.

내가 말만 하면 당신은 지루해 하잖 아요.

Hễ anh uống rượu thì không liên lạc được mà.

당신은 술만 마시면 연락이 안되잖 아요.

Hễ nghe bài giảng của cô ấy thì tôi luôn luôn buồn ngủ.

그 교수님의 강의를 듣기만 하면 나는 항상 졸려.

---

072 Khi+A(조건: 시점)+thì+B(결과: 행위). A할 때(면) B하다.

Khi có thời gian nhàn rỗi thì anh thường làm gì?

여가 시간이 있을 때 당신은 보통 무 엇을 해요?

Khi buồn thì tôi thường uống rượu.

슬플 때 저는 보통 술을 마셔요.

Khi có thời gian nhàn rỗi, tôi thường xem phim ở nhà. (*thì 대신 콤마 사용)

여가 시간이 있을 때 저는 보통 집에 서 영화를 봐요.

073   A(조건), thay vào đó+B(요구하는 것). A하는 대신(에) B(를 요구)하다.

Tôi sẽ dạy tiếng Việt cho anh, thay vào đó anh dạy tiếng Hàn cho tôi nhé.	제가 영어를 가르쳐 주는 대신 제게 한국어를 가르쳐 주세요.
Tôi sẽ dọn dẹp cho bạn, thay vào đó bạn tặng cho cái gì đó nhé.	(친구에게) 내가 청소를 해주는 대신 무언가를 선물해 줘.
Mẹ sẽ mua cho điện thoại, thay vào đó con phải học chăm chỉ.	(자녀에게) 엄마가 핸드폰을 사 주는 대신 열심히 공부해야 해.

074   A(사실)+mà sao+B(부합하지 않는 상황)? A한데 왜 B한가요?

Tôi đã giải thích rồi mà sao anh vẫn không hiểu?.	제가 설명했는데 왜 아직도 이해하지 못하죠?
Chúng ta học rồi mà sao các bạn vẫn chưa hiểu?	우리 (이미) 공부했는데 왜 여러분은 여전히 이해하지 못하죠?
Lúc nãy ăn cơm rồi mà sao em lại đói bụng?	방금 밥 먹었는데 왜 (넌) 또 배고파 하니?

075   A(사실)+thôi mà sao+B(부합하지 않는 상황)? A할 뿐인데 왜 이렇게 B해요?

Nói đùa thôi mà sao nhạy cảm thế?	농담했을 뿐인데 왜 이렇게 예민해?
Chúng ta chỉ là anh em thôi mà sao quá đáng như thế?	우린 단지 남매일 뿐인데 왜 이렇게 오버해요?
Em chỉ nói ý kiến của mình thôi mà sao giận quá thế?	(저는) 제 의견을 말했을 뿐인데 왜 이렇게 몹시 화를 내요?

Tại sao+주어+동사+như vậy? 왜 주어는 그렇게 · 이렇게 ~해요?

Tại sao anh nói như vậy?	왜 당신은 그렇게 말해요?
Tại sao anh làm việc như vậy?	왜 당신은 그렇게 일해요?
Tại sao em học như vậy?	왜 너는 이렇게 공부하니?

주어+có biết tại sao ~ không? 주어는 왜 ~하는지 알아요?

Anh có biết tại sao em ghét chị ấy không?	당신은 왜 내가 그녀를 싫어하는지 알아요?
Anh có biết tại sao em không làm việc ở công ty đó không?	당신은 왜 내가 그 회사에서 일을 안 하는지 알아요?
Anh có biết tại sao em không ăn món này không?	당신은 왜 내가 이 음식을 안 먹는지 알아요?

주어+đã+동사+như thế này từ khi nào? 주어는 언제부터 이렇게 ~했어요?

Anh đã làm như thế này từ khi nào?	당신은 언제부터 이렇게 했어요?
Em đã học như thế này từ khi nào?	너는 언제부터 이렇게 공부했니?
Em đã trang điểm như thế này từ khi nào?	너는 언제부터 이렇게 화장했니?

Đến khi nào+주어+phải+동사? 언제까지 주어가 ~해야 하나요?

Đến khi nào tôi phải gửi email cho anh?	언제까지 제가 이메일을 보내 드려야 하나요?
Đến khi nào tôi phải nộp hồ sơ?	언제까지 제가 서류를 제출해야 하나요?
Đến khi nào em phải nộp bài tập?	언제까지 제가 과제를 제출해야 하나요?

080 Làm sao+tôi+동사+được? 어떻게 제가 ~할 수 있겠어요?

Làm sao tôi nói được giống như người bản địa?	어떻게 제가 현지인처럼 말할 수 있겠어요?
Làm sao tôi thông dịch được?	어떻게 제가 통역을 할 수 있겠어요?
Làm sao tôi lái xe được?	어떻게 제가 운전을 할 수 있겠어요?

081 주어+동사+như vậy thì+tôi+phải làm sao?
주어가 그렇게 ~하면 제가 어떻게 해야 하죠·어떡하죠?

Ý của anh là như vậy thì tôi phải làm sao?	당신의 의견이 그렇다면 제가 어떻게 해야 하죠?
Chị nói như vậy thì tôi phải làm sao?	언니가 그렇게 말하면 제가 어떻게 해야 하죠?
Anh tiếp tục giận như vậy thì tôi phải làm sao?	당신이 그렇게 계속 화내면 제가 어떡합니까?

082 Tôi không biết+phải+동사+thế nào.

제가(저는) 어떻게 ~해야 할지 모르겠어요.

Tôi không biết phải làm thế nào.   (제가) 어떻게 해야 할지 모르겠어요.

Tôi không biết phải dùng thế nào.   (저는) 어떻게 사용해야 할지 모르겠어요

Tôi không biết phải nói thế nào.   (제가) 어떻게 말해야 할지 모르겠어요.

083 không biết+주어+동사+gì 주어가 무엇을 ~하는지 모르겠다

Tôi không biết anh nói gì.   (저는) 당신이 뭐라고 하는지 모르겠어요.

Tôi không biết anh nghĩ gì.   (저는) 당신이 무엇을 생각하는지 모르겠어요.

Tôi không biết anh đang làm gì.   (저는) 당신이 뭐하고 있는지 모르겠어요.

084 주어+có biết 물건 để ở đâu không? 주어는 ~를 어디에 두는지 알아요?

Anh có biết túi xách của tôi đã để ở đâu không?   (당신은) 제 가방을 어디에 두었는지 아세요?

Anh có biết điện thoại của tôi đã để ở đâu không?   (당신은) 제 핸드폰을 어디에 두었는지 아세요?

Anh có biết thuốc lá của tôi đã để ở đâu không?   (당신은) 제 담배를 어디에 두었는지 아세요?

085 Không biết Bên mình+có+명사+không?

잘 몰라서 그러는데, 그쪽에(는) ~이 있나요?

Không biết bên mình có phương tiện di chuyển không?	잘 몰라서 그러는데, 그쪽에 교통편이 있을까요?
Không biết bên mình có khách sạn 5 sao không?	잘 몰라서 그러는데, 그쪽에 5성급 호텔이 있나요?
Không biết bên mình có nhà hàng hải sản không?	잘 몰라서 그러는데, 그쪽에 해산물 식당이 있나요?

086 Làm gì mà+동사·형용사? 뭐 하는데 ~해요?

Làm gì mà buồn?	뭐 하는데 슬퍼해요?
Làm gì mà vắng mặt?	뭐 하는데 결석했어요?
Làm gì mà không đến?	뭐 하는데 안 왔어요?

087 Tôi có thể giúp gì cho 대상? 제가 (~을 위해) 무엇을 도와 드릴까요?

Tôi có thể giúp gì cho quý khách?	(점원이 손님에게) 제가 무엇을 도와 드릴까요?
Tôi có thể giúp gì cho anh ạ?	(형/오빠에게) 제가 무엇을 도와 드릴까요?
Tôi có thể giúp gì cho chị ạ?	(누나/언니에게) 제가 무엇을 도와 드릴까요?

Từng này thôi thì+주어+có thể+동사+cho tôi chứ?

이 정도는 주어가 날 위해 ~해 줄 수 있죠?

Từng này thôi thì anh có thể làm cho tôi chứ?

이 정도는 (당신이 날 위해) 해 줄 수 있죠?

Từng này thôi thì anh có thể mua cho tôi chứ?

이 정도는 (당신이 날 위해) 사줄 수 있죠?

Từng này thôi thì anh có thể bán cho tôi chứ?

이 정도는 (당신이 날 위해) 팔(아 줄) 수 있죠?

---

089 Chẳng lẽ+문장+à? 설마 ~해요?

Chẳng lẽ anh ấy sẽ ly hôn à?

설마 그가 이혼해요?

Chẳng lẽ anh ấy sẽ đi du học à?

설마 그가 유학가요?

Chẳng lẽ anh ấy sẽ chuyển nhà à?

설마 그가 이사해요?

---

090 Nghe nói là+문장. 듣기로는 ~한대요.

Nghe nói là hôm nay sẽ nghỉ học.

듣기로는 오늘 휴강한대요.

Nghe nói là hôm nay trời sẽ mưa.

듣기로는 오늘 비가 온대요.

Nghe nói là hôm nay sẽ có tuyết rơi.

듣기로는 오늘 눈이 내린대요.

091 từ A đến B A부터 B까지

Từ đây đến đó không xa lắm.	여기부터 거기까지 그다지 멀지 않아요.
Từ đầu đến bây giờ nói dối mà.	처음부터 지금까지 거짓말을 하는 거 잖아요.
Chúng ta làm với nhau từ đầu đến cuối.	우리는 처음부터 끝까지 함께 했어요.

092 Ai cũng+동사. 누구나·누구든지 ~해요.

Ai cũng muốn kiếm nhiều tiền.	누구든지 돈을 많이 벌고 싶어 해요.
Ai cũng muốn học tiếng Việt với cô Mai.	누구나 마이쌤과 베트남어를 공부하고 싶어 해요.
Ai cũng muốn nghỉ ở nhà.	누구든지 집에서 쉬고 싶어 해요.

093 Cái gì cũng+형용사 동사. 무엇이나·무엇이든지 ~해요.

Ở cửa hàng này cái gì cũng có.	이 가게에는 무엇이든지 있어요.
Ở cửa hàng này cái gì cũng đắt.	이 가게에는 무엇이든지 비싸요.
Ở cửa hàng này cái gì cũng đẹp.	이 가게에는 무엇이든지 예뻐요.

094 주어+lúc nào cũng+동사. 주어는 언제나·언제든지 ~해요.

Tôi lúc nào cũng phải đi làm.	저는 언제든지 일하러 가야 해요.
Tôi lúc nào cũng đi tập thể dục.	저는 언제나 운동하러 가요.
Lúc nào tôi cũng phải đi bệnh viện.	언제든지 저는 병원에 가야 해요.

095 주어+đi đâu cũng+형용사·동사. 주어는 어디를 가나 어디를 가든지 ~해요.

Cô ấy đi đâu cũng làm việc rất giỏi. 그녀는 어디를 가든지 일을 아주 잘해요.

Anh ấy đi đâu cũng mang theo điện thoại. 그는 어디를 가든지 핸드폰을 가져가요.

Cô ấy đi đâu cũng luôn luôn lo lắng về công việc ở nhà. 그녀는 어디를 가나 항상 집안일을 걱정 해요.

096 A(대상)+mà+설명(문장)+형용사·동사. ~하는 A는 ~해요.

Anh mà tôi đã gặp hôm qua rất đẹp trai. 제가 어제 만났던 오빠(형)는 아주 잘생겼어요.

Anh mà tôi đã gặp hôm qua rất cao. 제가 어제 만났던 오빠(형)는 아주 키가 커요.

Chị mà tôi đã gặp hôm qua rất đẹp. 제가 어제 만났던 누나(언니)는 아주 예뻐요.

097 Điều mà+설명+là+A(문장·명사). ~한 점은 A예요.

Điều mà tôi ấn tượng nhất ở Việt Nam là món ăn Việt Nam. 베트남에서 가장 인상 깊은 점은 베 트남 음식이에요.

Điều mà anh ấy không biết là tôi không yêu anh ấy. 그가 모르고 있는 점은 내가 그를 사 랑하지 않는다는 거예요.

Điều mà chị ấy không hiểu là văn hoá của Việt Nam. 그녀에게 이해 안되는 점은 베트남 문화예요.

098   Tôi muốn ngắm cảnh đêm+của 장소.   저는 ~의 야경을 감상하고 싶어요.

Tôi muốn ngắm cảnh đêm của thành phố Seoul.   저는 서울의 야경을 감상하고 싶어요.

Tôi muốn ngắm cảnh đêm của thủ đô Hà Nội.   저는 (수도인) 하노이의 야경을 감상하고 싶어요.

Tôi muốn ngắm cảnh đêm của cố đô Huế.   저는 옛 수도인 후에의 야경을 감상하고 싶어요.

---

099   주어+bị+A(행위자)+동사. 주어는 A에게 ~되었다(당했다)

Tôi bị cảnh sát giao thông phạt.   저는 교통경찰에게 벌금을 물었어요.

Tôi bị mẹ mắng.   저는 엄마에게 혼났어요.

Tôi bị anh ấy lừa.   저는 그에게 사기를 당했어요.

---

100   một cách+형용사 ~(한 방법)으로, ~하게

Nếu dùng ứng dụng điện thoại này thì có thể mua được một cách dễ dàng.   이 어플리케이션을 이용하면 쉽게 구매할 수 있어요.

Em muốn trang điểm một cách tự nhiên.   저는 자연스럽게 화장하고 싶어요.

Bạn hãy dùng App này để mua sắm một cách tiện lợi hơn.   (친구에게) 더 편리하게 쇼핑하기 위해 이 어플리케이션을 이용해 봐.

2. 주요 어휘 총정리

고급문장 100에서 학습한 300여 개의 주요 어휘들을 살펴보며 기억나지 않은 어휘들은 박스(□)에 체크 표시를 한 뒤 복습하도록 하세요.

A / Â

B

C

G

H

K

M

N

☐ quan tâm	관심을 갖다	p.082
☐ quan trong	중요한	p.034
☐ quên	잊다	p.100
☐ quý khách	손님, 고객	p.163
☐ quyền riêng tư	사생활	p.137
☐ quyển sách	책	p.037

R

☐ ra vẻ	~하는 체하다 · 척하다	p.120
☐ rẻ	값싼	p.101

S

☐ sản phẩm	제품	p.080
☐ sao	왜, 어째서	p.146
☐ sắp xếp	정리하다	p.117
☐ sầu riêng	두리안	p.091
☐ siêu	대단한, 매우, 초~	p.101
☐ sinh viên	학생	p.076
☐ sợ	두려워하다, 무서워하다	p.103
☐ sở dĩ	~하는 것은 ~ 때문이다	p.130
☐ sớm	일찍, 빨리	p.051
☐ sự thay đổ	변동	p.115
☐ suy nghĩ	고려하다, 생각하다	p.061

T

V

X

Y

MEMO

좋은 **책**을 만드는 길
독자님과 **함께**하겠습니다.

나의 하루 1줄 베트남어 쓰기 수첩 [고급문장 100]

초 판 발 행	2021년 03월 05일
발 행 인	박영일
책 임 편 집	이해욱
저 자	김연진
편 집 진 행	심영미 · 신기원
표 지 디 자 인	안병용
편 집 디 자 인	임아람 · 하한우
일 러 스 트	김소은
발 행 처	시대인
공 급 처	(주)시대고시기획
출 판 등 록	제 10-1521호
주 소	서울시 마포구 큰우물로 75 [도화동 538 성지 B/D] 9F
전 화	1600-3600
팩 스	02-701-8823
홈 페 이 지	www.edusd.co.kr
I S B N	979-11-254-9419-5(13730)
정 가	12,000원